मोलाची ठेव

D9900583

कृष्णा पाटील

#AnyoneCanPublish with

सकाळ प्रकाशन

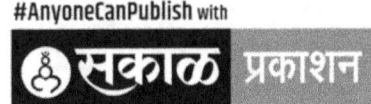

#AnyoneCanPublish with

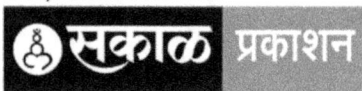

सकाळ प्रकाशन

Molachi Thev
© Bharti Patil

मोलाची ठेव
© भारती पाटील

प्रथम आवृत्ती :
नोव्हेंबर २०२२

प्रकाशक :
सकाळ मीडिया प्रा. लि.
५१५, बुधवार पेठ, पुणे-४११ ००२

मुखपृष्ठ :
सुनील यावलीकर

मांडणी आणि मुद्रितशोधन :
सारद मजकूर, पुणे

ISBN : 978-93-95139-31-1

अधिक माहितीसाठी :
०२०-२४४० ५६७८ / ८८८८८४९०५०
sakalprakashan@esakal.com

© **All rights reserved.**
No part of this publication may be reproduced or transmitted in any form or by any means, electronically or mechanically, including photocopying, recording, broadcasting, pod casting of any information storage or retrieval system without prior permission in writing form the writer or in accordance with the provisions of the Copy Right Act (1956) (as amended). Any person who does any unauthorised act in relation to this publication may be liable to criminal prosecution and civil claims for damages

Disclaimer :
Although the author has taken every effort to ensure that the information in this book was correct at the time of printing, the author and publisher do not assume and hereby disclaim any liability to any party, society for any loss, damage, or disruption caused by errors or omissions, whether such errors and omissions are caused due to negligence, accident, amendment in Act, Rules, Bye laws or any other cause. The views expressed in this book are those of the Authors and do not necessarily reflect the views of the Publishers.

हरिदास तात्या आणि सिंधू काकी,
जन्मदाता श्रेष्ठ की पालनकर्ता?
याचं उत्तर तुमच्याकडून मिळालं,
म्हणून ही साहित्यकृती तुमच्यासाठी स्नेहपूर्वक!

मनोगत

'मोलाची ठेव'च्या निमित्ताने...

'मोलाची ठेव' हा माझा दुसरा कथासंग्रह आपल्या हाती देताना खूप खूप आनंद होत आहे. या पुस्तकाचे स्वागतही आपण नेहमीप्रमाणे कराल, ही मनापासून खात्री आहे.

'वाटणी' हा माझा पहिला कथासंग्रह जून २०१७ मध्ये प्रसिद्ध झाला. अर्थातच तो 'सत्यकथा' संग्रह आहे. पाच वर्षांत त्याच्या तीन आवृत्त्या निघाल्या. टाळेबंदीचा काळ सोडला, तर तीन वर्षांत तीन आवृत्त्या! कुणालाही अभिमान वाटावा, अशी ही घटना आहे. अर्थातच आपणासारख्या चोखंदळ वाचकांमुळेच हे शक्य झाले आहे.

चोखंदळ वाचकांवरून आठवण झाली. आजचे जग अनेक कारणांनी झपाट्याने बदलत आहे. माणसे एकत्र येण्याची प्रक्रिया थंडावली आहे. समरस होण्याची तर शक्यताच मावळली आहे. हातामध्ये मोबाईल आल्यामुळे पुस्तकांचे वाचन कमी झालेले आहे. अशावेळी काल्पनिक कहाण्या, चंद्र-तारे यांच्या कथा, गॉसिपच्या गोष्टी वाचण्यात कुणाजवळ वेळ आहे? मला स्वतःला काल्पनिक जगामध्ये अजिबात रस नाही. म्हणूनच 'मोलाची ठेव'मधील सर्व कथा यासुद्धा सत्यकथा आहेत.

आपणास कळविण्यात आणखी एका गोष्टीचा आनंद होत आहे, की 'मोलाची ठेव'मधल्या 'मृत्युपत्र' या कथेवर 'स्पेस' नावाचा लघुचित्रपट निघत आहे. त्याबाबतचा रितसर करारही झालेला आहे.

'मोलाची ठेव'मधील काही कथा सोशल मीडियावर फिरल्या. काही अंकातून प्रसिद्ध झाल्या. काही मासिकातून प्रसिद्ध झाल्या. अतिशयोक्ती नाही, परंतु संपूर्ण महाराष्ट्रातून फोन आले. संदेश आले. पुस्तक लवकर येऊ द्या, असा प्रेमाचा दावा मागे लागला. वाचकांचा उदंड प्रतिसाद पाहून मन भरून आले.

लेखन करण्यासाठी व्यवसायातून वेळ मिळणे कठीणच. त्यातल्या त्यात वकिली हा व्यवसाय चोवीस तास परीक्षा घेणारा. रोज नवी केस. नवी आव्हाने. यातूनही मला फुरसत मिळत गेली याचे कारण मयूर दादा. व्यवसायातील त्याच्या सहकार्यामुळेच हे पुस्तक प्रकाशित होत आहे. याशिवाय व्यवसाय स्टाफ रोहित पाटील, पत्नी भारती, मुलगी ॲड. सायली, मुलगा संकेत यांचेही सहकार्य लाभले. वाचन करणे, अभिप्राय सुचवणे, टायपिंग करणे, ही सर्व कामे त्यांच्यामुळे सुलभ झाली. त्यांचे विशेष आभार!

'सकाळ प्रकाशना'च्या अमृता देसर्डा यांचे विशेष आभार. त्यांनी प्रकाशनाचे काम अत्यंत तातडीने, सुबक करून दिले. मुखपृष्ठ आणि अंतर्गत रेखाचित्रांसाठी सुनील यावलीकर यांचे आभार. संपादन, अक्षरजुळणी, अंतर्गत सजावट, मुद्रितशोधन यासाठी 'सारद मजकूर'चे अभिजित सोनावणे, रत्नेश चोरगे, गौरांग कुलकर्णी यांचे मनापासून आभार!

पुस्तक प्रसिद्धीसाठी अनेकांनी मदत केली. ती अनेक प्रकारे केली. त्या सर्व मित्रांचा, सहकाऱ्यांचा नावानिशी उल्लेख नसला, तरी त्यांचे स्थान माझ्या मनात सदैव आहे.

कृष्णा पाटील,
'राष्ट्राधार' तासगाव,
जि. सांगली.
१२/०९/२२

अनुक्रम

चिनाप्पा । ९

मृत्युपत्र । १५

स्वभाव । २२

रैनुसा । ३२

सुसंवाद । ४१

अंतर । ४७

लग्न । ५१

छंद । ५६

कोर्टकचेरी । ६२

आई । ६६

न्यायाधीश । ७०

पोटचा गोळा । ७६

जेपी । ८५

पाऊस । ९२

घटस्फोट । ९६

पत्र । १०१

संगोपन । १०६

दान । ११०

पैसा । ११३

बाप । १२३

दिवाळी । १२९

असूया । १३४

हिस्सा । १३९

गावाकडचे दिवस… । १४४

वाटणीची गोष्ट । १५२

चिनाप्पा

परवा यूपी, पंजाब, जम्मू, काश्मीर असं यूपी साईडला ट्रीपला गेलो होतो. जम्मू-काश्मीरबद्दल खूप उत्सुकता होती. भारतातलं नंदनवन, अप्रतिम निसर्ग, पृथ्वीवरचा स्वर्ग, हिंदू राजा, मुस्लीम जनता, भारताची फाळणी, ३७० कलम, असं बरंच काही वाचलं होतं. शिवाय यूपीकडील कल्चर, देव देवतांच्या वेगवेगळ्या परंपरा हेही होतंच. दोन-तीन दिवस प्रवास करून एकदाचं मेरठला पोहोचलो आणि त्या रात्री विश्रांती घेतली.

दुसऱ्या दिवशी जम्मूला गेलो. तिथून वैष्णोदेवीला १३ किमी चालत प्रवास होता. २-३ किमी प्रवास झाला असेल, तेवढ्यात अचानक रस्त्यावर मला चिनाप्पासारखा एकजण दिसला. मी चमकलो. पुढं जाऊन बघितलं, तर अनोळखी भिकारी होता. तसाच पुढं चालत राहिलो; पण चिनाप्पा डोळ्यासमोरून जात नव्हता.

अपंग, बोबडा आणि डोळ्यानं अधू असलेला हिवऱ्याचा चिनाप्पा माझा क्लासमेट होता. कसातरी खुरडत तो शाळेत यायचा आणि पार शेवटच्या कोपऱ्यातल्या बाकावर बसायचा. त्याच्या शेजारी कुणीही बसत नव्हतं. शिक्षक पण त्याला लांबूनच छडी मारायचे. अभ्यासात सुमार होता; पण दिवसभर तो आभाळाकडं डोळे लावून आपल्याच तंद्रीत गुणगुणत असायचा. तो शाळेत असला काय, नसला काय, कुणालाच फरक पडत नव्हता. माझ्याशी तो कधीतरी बोलायचा, गणिताची वही मागायचा आणि शाळा सुटली

की परत द्यायचा. एकदा त्यानं अशीच वही घेतली. पण त्या दिवशी परत दिली नाही. उद्या देईल म्हणून मी गप्प बसलो, तर तो दुसऱ्या दिवशी शाळेतच आला नाही. असेच दोन-तीन दिवस गेले. मग मी त्याच्या घरी जायचं ठरवलं.

एका रविवारी मी आणि चंदू त्याच्या घरी गेलो. जुनाट मोडकळीस आलेलं घर होतं. त्याची आई भाकरी करत होती. वैलावर कालवणाचं डीचकं, तव्यात एक भाकरी, चुलीचा आर बाहेर ओढून त्यावर उभी केलेली दुसरी भाकरी, असं सगळं तिथलं चित्र होतं. त्याच्या आईचे दोन्ही हात पिठानं भरलेले, केस भुरभुरलेले, घामानं कुंकू विस्कटलेलं होतं. डाव्या हातानं केस मागं सारत त्याची आई भाकरी थापत होती आणि चिनाप्पा खुडूक होऊन कोपऱ्यात झोपलेला आम्हाला दिसला. आम्ही आल्याचं बघून त्याची आई म्हणाली,

"कुठलं रं तुमी? का आलाय?"

आम्ही सांगितलं,

"वही न्यायला आलोय."

आईनं दोन शिव्या हासडल्या आणि त्याला उठवलं. मग चिनाप्पानं वही दिली आणि आम्ही निघून आलो. पुढं बरेच दिवस चिनाप्पाच्या आईचं विस्कटलेलं कुंकू सतत नजरेसमोर दिसायचं.

नंतर नंतर चिनाप्पानं जवळीक वाढवली. कधी कधी बोलू लागला, मागं मागं फिरू लागला. चिनाप्पाला सख्खी आई नव्हती. त्याच्या लहानपणीच त्याची आई वारलेली. बापानं दुसरं लग्न केलं. चिनाप्पाला दोन सावत्र भाऊ आणि एक सावत्र बहीण होती. पण ते याला जवळ करत नव्हते, त्याच्याशी बोलत पण नव्हते. बाप दारूडा होता. कधीतरी फक्त तीन पोरांसाठी बाजारातून खायला आणायचा. उरलं तर चिनाप्पाला मिळायचं, नाहीतर चिनाप्पा त्यांच्या तोंडाकडं बघत बसायचा. सावत्र आई खरकटी भांडी घासायला सांगायची. त्याशिवाय भाकरी मिळायची नाही. त्यामुळं चिनाप्पा उपडं बसून कसातरी भांडी घासायचा.

शाळेत त्याला दप्तर नसायचं. एक वायरची पिशवी, त्यात दोन फाटक्या वह्या, बिन टोपणाचं एखादं पेन, की झालं याचं दप्तर. दुपारी जेवणाच्या सुट्टीत तो मागं मागं यायचा. आम्ही जेवताना आशाळभूतपणानं बघत बसायचा. कुणी भाकरी दिली, तर नाही म्हणायचा नाही. गपचूप खाली मान घालून खात राहायचा.

एकदा खूप पाऊस झाला. त्यामुळं शाळा दुपारीच सुटली आणि आम्ही सगळे घरी गेलो. पाऊस झाला, की ओढ्याला पाणी येई. मग गावात जाता येत नसे, म्हणून लवकर शाळा सुटायची. त्या दिवशी चिनाप्पा उपाशी होता आणि शाळेतच झोपला. 'हा रात्रभर

इथे एकटाच होता', हे दुसऱ्या दिवशी आम्ही गेल्यावर आम्हाला कळलं. त्याचं धाडस बघून त्याची धास्तीच वाटायला लागली. त्याची विचारपूस करायला कुणी आलं नाही आणि चौकशीलाही कुणी आलं नाही. असा हा चिनाप्पा. घरात असूनही बेवारस, जिवंत असूनही नसल्यासारखा.

चिनाप्पा नववीपर्यंत आमच्या वर्गात होता. कधी शाळेत यायचा, कधी यायचाही नाही. नववीच्या सहामाहीनंतर तो एकाएकी गायब झाला. त्यामुळं वर्गातला तो कोपरा कायमचा रिकामा पडला. त्यानं शाळा सोडली आणि आम्ही सगळे विसरून गेलो.

पुढं खूप वर्षांनी एकदा चिनाप्पाचा बाप भेटला. सहज विचारलं, तर म्हणाला,

"तो घर सोडून गेलाय. जिवंत आहे की नाही, हेही माहीत नाही."

खूप वाईट वाटलं. चिनाप्पाला सावत्र आईची क्रूर वागणूक मिळायची. बरोबरीनं बापाची दारू, शिवता शिवत होऊ नये म्हणून सावत्र भावांची धडपड होती. शिवाय त्याचं

अपंग शरीर, अधू डोळे याचा तर त्रास त्याला होत होताच. घरदार, आई-बाप, भाऊ-बहीण, समाज, गाव या सगळ्यांतून उठवलेला चिनाप्पा. वाळीत टाकलेला एक शापित जीव! अर्थच नव्हता त्याच्या जिंदगीला. पण तरी सहन करत तो जगत होता. आता मात्र कुठं असेल काय माहिती!

कधीतरी गेट-टुगेदरला चिनाप्पाची आठवण यायची. वर्गमित्र म्हणायचे, 'कुठे असेल काय माहीत?' एकजण म्हणाला होता,

"अरे तो यूपीत आहे. हरिद्वार, वैष्णोदेवी या साईडला भिक्षा मागतो. बाप जाऊन पैसे घेऊन येतोय." वगैरे वगैरे...

आज या साईडला फॅमिली ट्रिप आहे, त्यामुळं चिनाप्पाची आठवण येत होती.

कदाचित असेल कुठंतरी. भेटेल का? ओळखेल का? त्याची नजर असेल, की पूर्ण गेली असेल? असे अनेक प्रश्न मनात येत होते. पण तो कुठं दिसलाच नाही. नंतर ट्रिपच्या नादात माझ्याही डोक्यातून निघून गेलं.

आम्ही निसर्गसौंदर्य अनुभवायला म्हणून मसुरीला गेलो. तिथं दोन दिवस काढले. नंतर गंगानदीचं महात्म्य अनुभवायला हरिद्वारला जायचं ठरलं. सायंकाळी चारचा सुमार आणि आभाळ दाटून आलेलं असताना आम्ही हरिद्वारला पोहोचलो. रूमवर साहित्य ठेवून गंगा नदीवर गेलो. हीऽऽ गर्दी लोटली होती. नदीचं पाणी बर्फासारखं थंड होतं. मी घाटावर उभा राहून समोर चालू असलेला गलका बघत होतो. म्हातारीचा कापूस, चणे-फुटाणे, आईस्क्रीम, आभाळात उडणारे भोवरे, गाणी म्हणणारे भिकारी...

आम्ही पुढं चालत होतो. थोड्या अंतरावर एक भिकारी गाणं म्हणत होता. दोन्ही पायानं उपडी केलेली बरणी आणि त्यावर दोन्ही हाताच्या बोटांनी ढोलकीचा आवाज. 'क्या हुआ तेरा वादा' या चालीच्या सुरातलं गाणं तो गात होता. त्याच्याकडं माझं लक्ष गेलं आणि वीजच चमकली. लख्ख प्रकाश पडावा, तसा मला चिनाप्पा दिसला. होय, चिनाप्पाच तो!

मी पळतच गेलो. त्याच्या हाताला धरलं आणि त्यानं क्षणातच गाणं थांबवलं. किलबिलत्या डोळ्यांनी तो बघू लागला. मी म्हटलं, 'अरे मी तुझा क्लासमेट केपी!' मी असं म्हणताच त्यानं माझ्या दोन्ही हाताला धरून मला गपकन खाली बसवलं. माझ्याकडं अधू डोळ्यांनी बघू लागला. पण त्याला नीट दिसत नव्हतं. मग त्यानं मला थोडं जवळ ओढलं आणि म्हणाला,

"काय करतोस आता? कुठं नोकरी-बिकरी लागली का न्हाय? किती वर्षांनी भेटतोय आपण!"

मी म्हटलं,

"मी आता वकील झालोय."

तो थोडा बाजूला झाला. थोडा वेळ असाच गेला. त्यानं त्याचं सगळं साहित्य गोळा केलं. ते म्हणजे बिन टोपणाची बरणी, हंतरायची सतरंजी, एक काठी, जर्मनची पाटी, मोकळं पोतं, हातातली दोन कडी, स्टीलचा डबा आणि गुंडाळून ठेवलेली मळकी लुंगी, असं सगळं झोळीत भरलं. झोळी खांद्यावर टाकून तो उठला आणि म्हणाला,

"या माझ्या मागोमाग."

मी म्हटलं, "अरे स्नान करतो. मग जाऊया."

पण तो ऐकायला तयार नव्हता. तो म्हणाला,

"मी आता सोडणार नाही. चला लवकर."

आम्ही चालत चालत मेन रोडला आलो. स्टेशन सोडून आणखी पुढं लांब गेल्यावर टॅक्सी उभी होती. दोघंही टॅक्सीत बसलो. टॅक्सी धावू लागली. थोडं अंतर गेलं आणि मी विचारलं,

"कुठं निघालोय?"

तो म्हणाला, "घरी. माझ्या स्वतःच्या घरी."

थोड्या वेळानं मी विचारलं, "गावी का येत नाहीस?"

त्याच्या डोळ्यात टचकन् पाणी आलं. तो म्हणाला,

"नको जखमेवर मीठ टाकूस. मी पडलो बेवारस. कोण आहे गावाकडं?"

तो बाहेर बघू लागला. गार वारा सुटलेला, त्याची फाटकी कापडं फडफडतेली आणि तो सांगू लागला,

"सहामाहीची परीक्षा संपली आणि मला एका घरात कामाला ठेवलं. आई शाळा सोड म्हणू लागली. माझा शिकण्याचा आग्रह होता. पण ते ऐकत नव्हते. एके दिवशी आई आणि भावानं खूप मारलं. रात्रभर उपाशी ठेवलं. दुसऱ्या दिवशी तोंडसुद्धा धुवू दिलं नाही. हाकलूनच काढलं. शेजारी-पाजारी गोळा झाले. पण ते तरी काय करणार? मग मी गाव सोडलं.

खुरडत खुरडत दुसऱ्या गावी जायचो. कुणीतरी रुपया-दोन रुपये द्यायचे. मग त्याचा भजीपाव घ्यायचा, कुठल्यातरी देवळात झोपायचं. मग पुन्हा पुढचं गाव. मजल-दरमजल करत इथं आलो. इथं मला आता बावीस वर्षं झाली. पहिल्या पाच-दहा वर्षांतच गावाकडं बातमी कळली, की मी हरिद्वारला आहे, स्वतःचं घर घेतलंय. मग बाप मला शोधत आला. गाठ पडल्यावर मी त्याला घरी नेलं. नवीन कपडे घेतले. दोन दिवस ठेवून घेतलं आणि जाताना हातावर पाच हजार रुपये ठेवले. म्हटलं, प्यायची कमी कर. त्यानंतर महिन्या-दोन महिन्याला गावाकडून कोणीतरी येत राहिलं आणि मी पैसे देत राहिलो. कधी बाप यायचा,

कधी भाऊ यायचा. कधी सावत्र आई, कधी बहीण, कधी कधी सगळं घरदार.

आता गावाकडचं जुनं घर पाडून नवीन स्लॅबचं घर बांधलंय. थोरल्या भावाचं लग्न झालंय. त्यानं बायकोला यातलं काही सांगितलेलं नाही. तो फक्त पैसे न्यायला येतो. मी पण कधी विचारलं नाही. बाप काही सुधारला नाहीच, उलट जास्त पितोय. भाऊ काहीही काम धंदा करत नाही. अधून-मधून माझ्याकडं येऊन पैसे घेऊन जातात."

बोलत बोलत आम्ही जैहरिकल गावात पोहोचलो. थोड्या वेळानं टॅक्सी थांबली आणि आम्ही खाली उतरलो. टॅक्सीवाल्यानं पैसे घेतले नाहीत. पैसे न विचारताच तो निघून गेला. चिनाप्पाला खूप मान असल्याचं मला जाणवलं. मी मागं वळून बघितलं, तर दोन मजली 'दानत' नावाचा मोठा बंगला. माझ्या आश्चर्याला सीमा राहिली नाही. आम्ही आत आलो, चहापान झालं. चिनाप्पा म्हणाला,

"वहिनी आणि मुलांना घेऊन ट्रिप संपेपर्यंत इथंच राहायचं. शपथ आहे तुम्हाला. नाही म्हणू नका."

त्यानं मोबाईल काढला आणि म्हणाला, "नंबर सांगा वहिनीचा."

रात्री बाहेरून जेवण मागवलं. सगळे जेवले. गप्पा मारताना चिनाप्पा म्हणाला,

"दरवर्षी अपंगांना एक्कावन हजार रुपये देतो, गोरगरिबांना मदत करतो. गावी पण पैसे देतो. दिवसभर गाणी म्हणायची, भिक्षा मागायची. कधी मिळते, तर कधी नाही. पण कधीकधी दोन-दोन हजार मिळतात. जगण्यापुरते ठेवतो आणि बाकी गरजवंतांना देऊन टाकतो."

मी म्हणालो, "मग एवढा मोठा बंगला?"

तो हसत-हसत म्हणाला, "गैरसमज आहे तुमचा. हा अंध मुलांचा आश्रम आहे. सध्या १३५ मुलं-मुली आहेत. भिक्षा मागून मी चालवलाय. सरकारही देणगी देतंय. माझ्यासाठी असं मी काहीच केलं नाही."

तो भरभरून बोलत होता आणि आम्ही ऐकत होतो. नंतर अखंड ट्रिपमध्ये आम्ही कुठल्याच देवाला गेलो नाही. दोन दिवस तिथंच थांबलो.

तिसऱ्या दिवशी चिनाप्पाच्या पायाला स्पर्श केला. जड अंतःकरणानं त्याचा निरोप घेतला आणि परतीच्या प्रवासाला निघालो. रेल्वे भरधाव चालली होती. दिवस मावळतीला निघालेला, आभाळ दाटून आलेलं. आत्ता पाऊस सुरू होईल असं झालेलं. वेगळ्याच भावना निर्माण झालेल्या.

चिनाप्पा डोळ्यासमोरून जात नव्हता. आता परतताना प्रश्न पडत होता की, भिकारी कोणाला म्हणायचं?

ooo

मृत्युपत्र

दिनूला स्मशानातली ड्युटी लागली. कोरोनामुळं कोणीच तयार होत नव्हतं. नगरपालिका रोज आदेश देत होती; परंतु प्रत्येक कर्मचारी नकार देत होता. काहीजणांनी तर नोकरी सोडली. बघून देखून कुऱ्हाडीवर पाय! कुणाचा जीव वर आलाय? कोरोना झालेल्या प्रेताला अग्नी द्यायचा, म्हणजे मरणाच्या दाढेत स्वतःला ढकलायचं. त्यापेक्षा नोकरी सोडलेली बरी. पण दिनूनं आनंदानं ड्युटी स्वीकारली. इलाज नव्हता ही गोष्ट खरीच; पण इलाज असता, तरी त्यानं स्वीकारली असती नोकरी. दिनू तसा कष्टाळू, दिलेला शब्द आणि आदेश पाळणारा होताच. त्यानं नगरपालिकेत तीस वर्षं घालवली; पण कधी लेट मार्क नाही, कधी मेमो नाही किंवा कधी कुठल्या साहेबांबरोबर तक्रार नाही. अधिकाऱ्यांबरोबर वाद नाही. शिवाय कोरोनाच्या काळात एकही रजा नाही. सुट्टीच्या दिवशी घरी असेल तेवढाच. नोकरीच्या जीवावरच चाळीस लाखाचं घर बांधलं, दोन एकर शेत घेतलं, मुलाला शिकवून एमएसस्सी केलं. मुलीला बीडीएस केलं. आता मुलगा त्याच्या बायकोसहित कोल्हापूरला आहे आणि मुलगी नवऱ्याबरोबर पुण्याला आहे. सून एमबीए आहे. दिनू आणि त्याची बायको गावी असतात.

गेल्या महिन्यात दिनूची बायको पॉझिटिव्ह आली. तिला वारंवार ताप येऊ लागला. दवाखान्यात नंबर येत नव्हता, म्हणून तिनं चार दिवस तसेच अंगावर काढले. मग

दवाखान्यात नंबर आला; पण खूप उशीर झाला होता. वेळ गेली होती. दिनूची बायको मरण पावली. प्राथमिक आरोग्य केंद्रातली माणसं आली आणि प्रेत घेऊन गेली. त्यांच्याबरोबर दिनूही गेला. प्रेताला अग्नी देण्यात अडचणी आल्या. दोन दिवस प्रेताची हेळसांड झाल्यामुळं दिनूला खूप राग आला. एकतर बायको गेल्याचं प्रचंड दुःख, त्यात शेवटी तिचा हा खेळ पाहून दिनू पिळवटून गेला. शेवटी दिनूच्या बायकोला दोन-तीन दिवसांनी बेवारस प्रेतासारखा अग्नी दिला गेला.

कोरोनाच्या धास्तीनं पोरगा, सून, मुलगी, जावई कोणीच आलं नाही. तरी दिनूला काही वाटलं नाही; पण त्यांचा फोनसुद्धा आला नाही. त्याचं दिनूला फार वाईट वाटलं. कदाचित ते चार-आठ दिवसांनी भेटायला येतील, या आशेवर तो होता. पण तीही आशा फोल ठरली. महिना गेला, तरी कुणी फिरकलं नाही. गाववाल्यांनी तर बहिष्कारच टाकला होता.

एके दिवशी दिनूनं पोराला फोन केला,

"पोटाची आबाळ होत आहे. लॉकडाऊनमुळं सुट्टीच आहे, राहायला गावी या. आई गेली, तरी तुम्ही आला नाहीत. तिथं तरी काय करताय? इथं घरात एकत्र राहता येईल. माझी पण जेवणाची सोय होईल." पण पोरानं ऐकलं नाही. तो म्हणाला,

"मुलाचे ऑनलाईन क्लास असतात. शिवाय आईमुळं तुम्हीपण पॉझिटिव्ह असाल, शक्यता असते. त्यामुळं तुम्ही तपासून घ्या. कशाला रिस्क घेताय आणि आम्हाला देताय? नीतू पण यायला तयार नाही."

त्यावर दिनू म्हणाला, "पोटाला काय खाऊ बाळा? खानावळी आणि हॉटेल बंद आहेत. घरी हातानं स्वयंपाक करता येत नाही. इलाज असता, तर तुला ये म्हटलंच नसतं. पण इलाज नाही, म्हणून विचार कर. दोघंही आला तर बरं होईल."

पण पोरानं ऐकलं नाही. तो म्हणाला,

"करा काहीतरी सोय." आणि त्यानं फोन कट केला.

पोटच्या पोराचं वागणं बघून दिनूला खूप वाईट वाटलं. तो मनातल्या मनात खचला. पोराचं फोनवरचं बोलणं ऐकून विझत चाललेल्या दिव्यासारखी आपली दुनिया संपू लागली आहे, असं त्याला वाटू लागलं. त्यानं दोन दिवस नुसत्या पाण्यावर काढले आणि तिसऱ्या दिवशी ही ऑर्डर हातात पडली. ड्युटी स्मशानात लागली. एक वेळचं जेवण नगरपालिका देणार होती. बाकीची सोय ज्याची त्यानं बघावी. मग दिनूनं नकार दिलाच नाही. एका वेळच्या जेवणाकरता ड्युटी करावीच लागेल, अशी मनाची समजूत घातली आणि ड्युटीवर जॉईन झाला.

गावाच्या बाहेर स्मशान होतं. स्मशान कसलं? जळकटीच होती ती. मोठा ओढा,

लिंबाची काळवंडलेली झाडं, धुरानं सडलेले पत्रे, मोडके बाक, पलीकडच्या कोपऱ्यात लाकडांचा अस्ताव्यस्त ढीग, भयाण शांतता, पडझड झालेल्या भिंती, भुतासारखी वठलेली काही झाडं, कोपऱ्यात गंजलेल्या आणि भोकं पडलेल्या काळपट पत्र्यांची लहान शेड, अशी त्या स्मशानाची अवस्था होती. स्मशानात इतक्या आतवर दिनू पहिल्यांदाच आलेला होता.

कित्येक वर्षांपासून इथं प्रेतं जळत आलेली होती. या जागेनं गावचे पुढारी, पाटील, माजी नगराध्यक्ष, बाया, शिक्षक, मास्तर, व्यापारी, अधिकारी, अशा कितीतरी जणांना पोटात घेतलंय. ही सगळी मंडळी पुन्हा एकदा जिवंत झाली, तर आणखी दोन गावं

तयार होतील.

"या पलीकडच्या पत्र्यात तुझं सामान ठेव."

या आलेल्या अधिकाऱ्याच्या आवाजानं दिनू भानावर आला. अधिकारी दिनूला सूचना देत होता. त्याच्या झोपण्याची जागा, लाकडं किती घ्यायची, पाणी कुठं आहे, अंतर कसं ठेवायचं, रॉकेल किती वापरायचं, प्रेत कसं जाळायचं अशा सगळ्या सूचना दिनूनं ऐकल्या. अधिकारी निघून गेल्यावर दिनूनं सामान पत्र्यात ठेवलं. त्यानंतर नळाखाली जाऊन हात-पाय धुतले आणि तिथंच एका दगडावर टेकला.

एवढ्यात लांबून एक आकृती येताना दिसली. खांद्यावर फाटक्या-तुटक्या घोंगड्याचा घोळ, हातात काठी, डोक्याला मुंडासं, पायात मोठे जाड पायताण अशा अवतारातली ती आकृती वाकून चालत चालत जवळ येत राहिली. दिनूच्या काळजात कालवाकालव झाली, धस्स झालं. या जळकटीकडं कोण येत असेल? की भूत-बित असेल? दिनूला जास्तच भीती वाटली. ती आकृती हळूवार चालत जवळ आली. दिनूकडं न पाहता तो इसम कोपऱ्यात गेला आणि घोंगडं खाली टाकलं. त्यावर झोळी ठेवून काठी बाजूला ठेवली. मग बंडी काढली आणि शांतपणे तो घोंगड्यावर बसला. त्यानंतर धाडस करून दिनू त्याच्याजवळ गेला. दिनू जवळ उभा राहताच इसम स्वतःहून बोलला,

"उमा म्हणत्यात मला. उमाजी माझं नाव. गेली पंधरा वर्षं मी इथं राहतो. पोरानं खून केला होता; पण त्याचा गुन्हा मी अंगावर घेतला. वीस वर्षं तुरुंगात काढली. तुरुंगातून बाहेर आल्यावर घरी गेलो, तर पोरानं घरी घेतलं नाही. म्हणून भिक्षा मागायला लागलो. घरापेक्षा सुरक्षित ठिकाण म्हणून इथं आलो. मग हेच माझं घर झालं."

हे सगळं ऐकून दिनू अवाकच झाला. पण तेवढीच सोबत झाल्यामुळं त्याला मनातून बरं वाटलं. आता दिवस मावळतीला गेला. थंडी पडू लागली, काळोख दाटू लागला. तशी स्मशानातली उदासीनता वाढू लागली. उमानं गाठोडं सोडलं. त्यामध्ये भीक मागून आणलेल्या भाकऱ्या, चपात्या, चवळीची उसळ असं बरंच काही होतं. त्यानं ते बाहेर काढलं आणि दिनूला बोलावलं. दिनू संकोचला होता; पण त्याला त्याची भूक गप्प बसू देत नव्हती. दिनू आणि उमा दोघं जेवले. तिथंच झाडलोट केली. घोंगडी, पोती टाकली आणि आडवे झाले. तास-दोन तास गेले असतील. कोणाचाही डोळा लागत नव्हता. दिनूचा तर पहिला दिवस. तो डोळे उघडे ठेवूनच पडला होता. तेवढ्यात लांबून स्मशानाच्या दिशेनं येणाऱ्या गाडीचा उजेड दिसला. दिनू उठून बसला. गाडी इकडंच येत होती. बघता बघता गाडी स्मशानात घुसली आणि दोघंजण खाली उतरले. त्यांनी स्ट्रेचर बाहेर काढून दिनूला बोलावलं. स्ट्रेचरवर हिरवट प्लॅस्टिकमध्ये गुंडाळलेलं प्रेत

होतं. प्रेत कट्ट्यावर ठेवलं आणि स्ट्रेचर गाडीत ठेवून गाडी निघून गेली.

प्रेत कसं जाळायचं ते दिनूला माहीत नव्हतं. तो लाकडं आणू लागला, तसा उमा उठला आणि तोही लाकडं आणू लागला. स्मशानातच राहिल्यानं उमाला सगळं माहीत होतं. उमाच्या मार्गदर्शनात दोघांनी लाकडं रचली आणि प्रेत उचलून लाकडावर ठेवलं. त्यावर पुन्हा लाकडं रचली. उमानं मुखाचा भाग तेवढा उघडा ठेवला. मग दिनूनं रॉकेल टाकलं. लाकडं पेटवणार तोच उमा म्हणाला,

"तोंड उघडून कोण आहे ते तर बघूया."

त्यांनी प्लॅस्टिक फाडलं आणि प्रेताचं तोंड पाहून दिनू उडालाच. हा तर जमीनदार हिम्मत पाटील. राजकारणातला बडा नेता. त्याला दोन मुलं आणि एक मुलगी होती. ट्रॅक्टर, बुलेट, नारळाची बाग अशी संपत्ती, शिवाय परिवारही मोठा. आपल्या हातून हिम्मत पाटलाला अग्नी? दिनूला हे कसंनुसं वाटलं. पण इलाज नव्हता, म्हणून दिनूनं अग्नी दिला आणि दिनूची ड्युटी सुरू झाली.

रोज प्रेतं यायची. कधी पुरुष, कधी स्त्री, कधी गावातली प्रतिष्ठित व्यक्ती, कधी गरीब, कधी श्रीमंत, कधी दोन कधी चार...

एके दिवशी एकाच गाडीत कोंबलेली दोन प्रेतं आली. दिनूनं आणि उमानं ती चितेवर ठेवली. नेहमीसारखं तोंड उघडलं, तर त्यांना भीमराव आणि राजाराम दिसले. बापरे! दोघंही मोठे बागायतदार होते, त्यांची चाळीस-चाळीस एकर जमीन होती. दोघांचीही पोरं डॉक्टर होती; पण सख्खे भाऊ पक्के वैरी होते. आयुष्यभर दोघांनी एकमेकांचं तोंड पाहिलं नाही. दोघांचे दोन पक्ष होते. त्या दोघांची भांडणं बघून त्यांचा बा मेला, सुंदरा म्हातारी मेली. तरीही दोघं एकत्र आले नाहीत. पण आज मात्र एकाच गाडीतून आले. आता जायदाद गेली, पोरं तरी काय कामाची? आता कुठला निवद? कुठली माती? कुठला कावळा? कुठलं गोड? सगळंच संपलं!

दिनूचा असा रोजचा दिनक्रम चालू होता. उमा दिवसभर भीक मागायचा आणि रात्री तो आला की दोघं मिळून जेवायचे. त्यानंतर दिवसभर साचलेली मढी पेटवायचे. कोरोनामुळं सगळं जग ठप्प होतं, कुणाची कुणाला गाठ भेट नव्हती. शेजारच्या घरात काय चाललंय तेही कळत नव्हतं. मग स्मशानात काय चाललंय ते तरी कसं कळणार? दिनूची आणि उमाची स्मशानातली ही दुनिया. साऱ्या गावाला तर त्याचा पत्ताच नव्हता.

एके दिवशी दिनूला ताप आला, तशी खोकल्याला पण सुरुवात झाली. थोडं चाललं तरीसुद्धा धाप लागायची. मग दिनू दिवसभर उमाच्या घोंगड्यावर पडून राहिला. त्यादिवशी उमा भिक्षा मागायला गेलाच नाही. दिनूला जेवण आणि काय हवं नको, तेच करत बसला. दिनूचे पाय दुखत होते, म्हणून उमानं पाय चेपून दिले. चार वाजता

चहा दिला. शिवाय दिवसभर आलेली प्रेतं उमानंच जाळली. संध्याकाळी उमानं दिनूला हॉस्पिटलला नेलं. दोन-तीन दिवस तिथंच ठेवलं. मग दिनू पॉझिटिव्ह आला होता, म्हणून त्याला १४ दिवस क्वारंटाईन करायचं ठरलं. त्याची सारी उस्तवार उमानंच केली. चौदा दिवस उमानंच स्मशान सांभाळलं. पिकून पांढरी विस्कटलेली दाढी, पिंजारलेले केस, जागरणानं तांबारलेले डोळे, जाडजूड चप्पल अशा अवतारात उमा दिवसभर राबत होता.

आठवडा गेला, तरी दिनूचा ताप कमी आला नाही आणि धाप तर वाढतच गेली. उमानं दिनूला दोनवेळा दवाखान्यात नेलं. पण डॉक्टर म्हणे, 'बरा होईल. त्याला घरीच न्या.' म्हणून मग उमानं दिनूला परत आणलं आणि स्मशानात त्याची सेवा करत राहिला.

"तुला काय होणार नाही. काळजी करू नकोस. फक्त पोटभर खा. मी आहे सगळं करायला." असा धीर उमा देत होता; पण दिनूची तब्येत खालावतच गेली. अशाच एका मध्यरात्री दिनू शांत झाला. वीज कोसळावी तसं उमाला झालं. त्याचं काळीज फाटलं, हात- पाय गळाले. दिनू मरण पावला, हे उमाला सहनच होत नव्हतं.

सबंध गावची मढी जाळली; पण कधी घाबरला नाही किंवा कधी हाताला कंपही सुटला नाही. पण दिनूच्या प्रेताला हात लावताना उमा थरथरला. त्याचे हात कापायला लागले, डोळे लालभडक होऊन त्यातून पाणी पाझरायला लागलं.

दिनू गेला आणि उमा एकटाच राहिला. स्मशानाची भयाणता अधिकच गडद झाली. येणारी काळोखी रात्र जास्तच काळी झाली. पेटलेल्या चितेच्या उजेडात तांबूस झालेला उमा विमनस्क बसायचा. उमा तुरुंगात असताना आणि बाहेर आल्यावर जवळचे नातेवाईक गेले होतेच. पण उमा कधी रडला नव्हता. दिनू गेला आणि उमाच्या डोळ्यातून भरलेलं आभाळच फुटलं.

सकाळी उठावं, दिनूला उठवावं. दोघांनी मिळून चहा घ्यावा, मग उमानं भीक मागायला गावात जावं. उमा परत येईपर्यंत दिनूनं एक घासही न खाता उमाची वाट पाहावी. पण सारंच संपलं. आता फक्त त्याला दिनूच्या आठवणीचे कढ येत राहतात. रात्रभर पेटलेल्या चितेकडं बघत उमा अश्रू ढाळत बसतो.

दिवस असेच जात राहिले. महिन्या-चार महिन्यांनी दिनूचा पोरगा गावी आला. बाप गेला म्हणून नव्हे, तो आला जमीन-जुमल्याकरता. दिनूनं बांधलेलं घर आणि घेतलेल्या जमिनीला वारस म्हणून नावं लावावीत, म्हणून पोरगा गावी आलेला होता. पण पोरगा चावडीत जातो आणि त्याचे डोळेच पांढरे होतात. सगळ्या उताऱ्यांवर उमाचंच नाव असतं. उमा दिनूच्या संपूर्ण इस्टेटीचा मालक झालेला असतो.

योगायोग असा की, एके दिवशी दिनूचा मुलगा, सून आणि मुलगी माझ्या ऑफिसला

आले आणि म्हणाले,

"साहेब, आमच्या बापानं उमाच्या नावे बेकायदेशीर मृत्युपत्र केलं आहे. त्यावर आमच्या सह्या पण नाहीत आणि त्याला आमची संमती पण नाही. ते मृत्युपत्र आम्हाला रद्द करायचं आहे. काय करावं लागेल?"

मी म्हणालो, "दिनूनं केलेलं मृत्युपत्र योग्य आहे आणि कायदेशीर आहे. कारण ते मीच करून दिलं आहे. शिवाय दिनूच्या इच्छेनुसार केलेलं आहे. दिनूच्या मृत्यूनंतर उमानं सगळी इस्टेट वृद्धाश्रमाला दिली आहे. आता केवळ उमाचं पोकळ नाव राहिलंय. दिनूनं इस्टेट मिळवली आणि त्यानंच विल्हेवाट लावली. नाहीतरी तुम्ही कुठं तुमच्या बापाला सांभाळलं? त्यामुळं हा विषय इथंच संपवा, अशी माझी विनंती राहील. तीच तुमच्या वडिलांना श्रद्धांजली ठरेल. त्यांनी आयुष्य तुमच्यासाठी खर्च केलं; पण तुम्हाला ते घेता आलं नाही. केवळ घरात जन्मलो, म्हणून आपण वारस होत नाही. खरा वारस म्हणून आई-बापाची मनापासून सेवा करावी लागते. बाप राबत होता, त्यावेळी तुम्ही आपल्या घरात सुखानं लोळत होता. पण तरीही त्यानं तुमच्याबद्दल कधी राग केला नाही. त्याचं आयुष्य तो शांतपणे जगला. बायको गेल्यामुळं त्याच्या वाट्याला एकाकीपण आलं, त्याचं आयुष्य काळोखं झालं, म्हातारपण पोरकं झालं. त्याच्या पोटाचीही आबाळ झाली. पण हे सारं दिनूनं मुक्या जनावरासारखं सोसलं. बायको गेल्यानंतर तो जे काही जगला, ते उमामुळं. उमा! कोणाचा कोण तो? रस्त्यावरचा भिकारी. पण त्यानं दिनूला जगायला शिकवलं. दिनू तेवढंच खरं आयुष्य जगला. आनंदानं त्यानं उमाच्या मांडीवर जीव सोडला. म्हणून म्हणतोय तुम्ही हा विषय सोडून द्या. याउपरही तुम्ही मृत्युपत्र रद्द करायचं ठरवलं असेल, तर मी हे काम करू शकणार नाही. तुम्ही दुसऱ्या कोणत्याही वकील साहेबांच्याकडं जाऊ शकता."

पाच-दहा मिनिटं अशीच गेली असतील. दिनूचा मुलगा, सून आणि मुलगी खाली मान घालून उठले आणि ऑफिसच्या बाहेर चालू लागले.

०००

स्वभाव

दादू केरळहून गावाकडं आला, की सारा गाव गोळा व्हायचा.

'कधी आला?'

'आता किती दिवस मुक्काम?'

'परत कधी जाणार?'

'घरी या!'

'कधी येणार?'

'गेल्यावेळी येतो म्हणाला पण आला नाही. यावेळी चुकवू नका.'

अशाप्रकारे लोकांचा आग्रह असायचा. दादू सोन्या-चांदीच्या दुकानात कामाला होता. वर्ष-सहा महिन्यातून गावी यायचा; पण आला की नडल्या-अडलेल्याला मदत करायचा. कुणी दवाखान्यात असला, की दादू धावून जायचा. कुणाच्या मुला-मुलीचं लगीन थटलं, की दादू पुढं व्हायचा. शेजारच्या रमूमावशीचा नातू दवाखान्यात काचेत होता. दादूनं सगळं बिल भागवलं. रमूमावशी पैसे देत असतानाही दादूनं ते घेतले नाहीत. प्राथमिक शाळेला सर्वात जास्त देणगी दादूनं दिली. 'मुलं शिकली पाहिजेत. आम्हाला शिकायची हौस होती; पण परिस्थिती नव्हती. नाईलाजानं हजारो कोस दूर परमुलुखात

जावं लागलं. म्हणूनच गावात शिक्षण वाढलं पाहिजे', असं दादूला नेहमी वाटायचं.

चार वर्षांपूर्वी गावात झाडं लावायचा कार्यक्रम झाला. एकट्या दादूनं तीन हजार झाडांची जबाबदारी घेतली. लागण केल्यापासून ते मोठी होईपर्यंत सर्व खर्च त्यानं केला. दादूच्या उदारपणाची ख्याती आजूबाजूच्या गावातदेखील होती. दोन वर्षांपूर्वी शाळेत पंधरा ऑगस्ट साजरा केला, त्यावेळी दादू उपस्थित होता. पहिली ते पाचवीच्या प्रत्येकी दहा गरीब मुलांना त्यानं दत्तक घेतलं आणि शिक्षणाची सर्व जबाबदारी उचलली. सगळे शिक्षक अवाक् झाले. गावचे सरपंच, पोलीस-पाटील दादूला खूप मान देत; पण दादू कधी गावातल्या राजकारणाच्या नादाला लागला नाही.

दादू कामधंद्यासाठी केरळला गेला, त्याला दहा वर्षं झाली. सुरुवातीला तर त्यानं मजुरीच केली. मालकाच्या मुलांना शाळेत सोडणं, बाजारातून किराणा आणणं, मालकाचं घर झाडणं, गाडी धुणं, फरशी पुसणं, कपाटं स्वच्छ करणं अशी कामं तो सुरुवातीला करत होता. नंतर त्याच्या मालकानं त्याला सोनं पकवण्याकरता मदतीला घेतला. दिवसभर भट्टीपुढं उभं राहावं लागे. एक गिऱ्हाईक गेलं, की दुसरं यायचं. रात्री मुसा साफ करायच्या, मुसाला चिकटलेलं सोनं खरडून काढायचं आणि ते मालकाच्या स्वाधीन करायचं. पण दोन-तीन वर्षं झाली असतील, तेव्हा मालक शंका घेऊ लागला. दादूला कधी कधी उपाशी ठेवू लागला. मग दादूनं वैतागून दुकानदारी सोडली.

दादू गावाकडं आला. वडिलांबरोबर रोजगार करू लागला. खुडा करायला जाणं, पेंड्या बांधायला घेणं, उसाची पाचट काढायला घेणं, द्राक्षबाग छाटायला घेणं असं दिवसभर काम करून राबलं, तरी पैसे मिळायचे नाहीत. कसातरी हातातोंडाचा मेळ बसायचा. शेतातल्या कामानं वर्षभरात दादू काळाकुट्ट झाला. हे काम आपल्याच्यानं जमणार नाही, अशी दादूची मनोमन खात्री पटली. एके दिवशी धाडस करून घरी न सांगता तो पुन्हा केरळात गेला. तिथं एका जुन्या गिऱ्हाईकाची गाठ घेतली आणि विनवणी करून त्याला काम मागितलं. त्यानं तिथंच काम दिलं. त्याच्याकडं दादू काम करू लागला. दोन-तीन वर्षं अशीच गेली. मग त्यानं स्वतःचं दुकान टाकलं. कष्टातून जिंदगी उभी केली.

एकदा दिवाळीला खूप दिवसातून दादू गावी आला. त्याच्या घरी परिस्थिती तशीच होती. विधवा बहीण, एक भाऊ तुरुंगात, एक भाऊ डोक्यानं मंद, आजारी आई, रोजगार करणारे वडील आणि पडायला झालेलं पत्र्याचं घर. दादूनं सर्वांना कपडे आणले होते. आईला गळ्यातला डाग, विधवा बहिणीला दोन साड्या, पैंजण, भावजयींना दोन-दोन बांगड्या असं दिल्यामुळं सगळी खूश झाली. दिवाळी संपल्यावर दादू परत केरळला जायला निघाला. तोपर्यंत शेजारचा नामदेव आला आणि म्हणाला,

"मला पैशाची गरज आहे. त्यामुळं मी जमीन विकणार आहे. पण तुझ्याशिवाय दुसऱ्या कोणाला नाही विकणार."

त्यानं असं म्हटल्यावर दादूनं विधवा बहिणीच्या नावावर जमीन घ्यायचं ठरवलं. रात्री वडिलांबरोबर त्याचं बोलणं झालं. त्यानं आईच्याही कानावर घातलं. 'बहिणीचा नवरा गेल्यामुळं तिचा आधार तुटला. तिला एकच मुलगा रामा, तोही न कमवता. दुसरं कोणीही नाही. त्यामुळं त्यांना आधार म्हणून असू दे', असं दादूचं मत होतं. पण वडील म्हणत होते,

"अगोदर घरचं बघ. घरची फक्त एक एकर जमीन. हवी तर तिला नंतर घेऊन दे."

त्यावर दादू म्हणाला, "घरी कधीही घेता येईल. आज तिला गरज आहे. तिला दुसरा कुठलाही आधार नाही."

तो असं म्हटल्यावर वडील गप्प बसले. त्यानंतर खरेदी झाली आणि विधवा आक्का आनंदी झाली. त्यानंतर दादू कामाला निघून गेला.

नंतर असाच पायंडा पडत गेला. दरवर्षी दादू गावी यायचा. कधी भावजयीच्या नावे, तर कधी वडिलांच्या नावे खरेदी करायचा. बघता बघता दादूच्या घरची मिळकत पंचवीस एकर झाली. आता घर तेवढं मोठं बांधलं की निवांत झालं. दादूनं लवकरच घर बांधायला काढलं. पहिल्यांदा खरेदी केलेल्या म्हणजे आक्काच्या नावच्या मिळकतीत पाया काढला.

दादू चेष्टेनं आक्काला म्हणायचा, "बघ, नाहीतर आम्हाला नव्या घरातून हाकलून लावशील. जमीन तुझ्या नावची, मग घर पण तुझंच की."

आक्का हसायची आणि दादूला म्हणायची, "असली चेष्टा मला खपणार नाही बघ. तुझ्यामुळं आम्ही चार घास खातोय." आक्काचे डोळे पाणवायचे.

दादूला मुलगा नव्हता. त्याला रिंकू नावाची एकच मुलगी होती. ती शिकत होती. गेल्या पाच-दहा वर्षांत दादूनं स्वतःच्या नावानं फक्त एक एकर जमीन घेतली. त्यानं त्यापेक्षा जास्त काहीही केलं नाही. सगळं कुटुंब आपलंच आहे, अशी त्याची भावना होती.

दादू गावी आला की रोज मटण व्हायचं. दादूसाठी नव्हे, तर त्याच्या वडिलांना आवड होती म्हणून. दादू बाहेर पडला, की वडील हाक मारत,

'दादू कुठं निघाला?'

दादू म्हणायचा, 'तुमची सोय करायला.' तो असं म्हटला की वडील हसायचे.

दादू म्हणजे गावचा लाडका, वडिलांच्या गळ्यातला ताईत. त्यानं घरी कधीच दुजाभाव केला नाही. अगदी तुरुंगातल्या महादूलापण डबे पोहोच व्हायचे. दरवेळी दादू

केरळला जाताना महादूला तुरुंगात भेटायचा आणि चार-पाच हजार रुपये तरी द्यायचा. 'कमी-जास्त मागत जा. तुरुंग अधिकाऱ्याची मुभा असते, तेव्हा फोन करत जा', असं त्याच्याशी भरभरून बोलायचा आणि मगच निरोप घ्यायचा.

पण अलीकडं दादू थकल्यासारखा दिसायचा. ॲसिडचं काम करून आजारी पडलेला होता. दोन वेळा कावीळही झालेली होती. त्यातून कसातरी वाचला होता. गावकरी आणि त्याचे मित्र त्याला सांगायचे,

"दादू आता गावी ये. बस झालं. एक तर मुलगी आहे. कशाला पळतोय?"

पण दादू म्हणायचा, "अरे असं म्हणू नका. सहा-सात माणसांचं कुटुंब माझंच आहे की. कोण त्यांची जबाबदारी घेईल? घर पूर्ण झालं की परत यायचा विचार करू. गावी तर येणारच की. शेवटी आपली पंढरी आहे, आपलीच माती आहे."

दादू केरळात राबायचा. गावी घराचं काम संपत आलेलं होतं. फक्त रंग तेवढा बाकी होता; पण तेवढ्यात लॉकडाऊन सुरू झालं आणि रंगाचं काम थांबलं. दादू फॅमिलीसहित केरळमध्ये अडकला. पण या दरम्यान महादू पॅरोलवर सुटला आणि तो घरी आला. दादूला ही बातमी कळाली. त्याला खूप आनंद झाला. 'मी गावी आलो, की पेढे वाटूया आणि जंगी पार्टी करूया.' असा निरोप दादूने गावी दिला.

लॉकडाऊन चालू होऊन दीड-दोन महिने झाले. सगळं जगच एका जागी स्थिर झालं. देशभर लॉकडाऊन होतं. माणसं एकमेकांना भेटत नव्हती, बाहेर फिरत नव्हती. घर सोडत नव्हती आणि वीज चमकावी तशी एके दिवशी गावी बातमी धडकली. दादूचा देहांत झाला, दादू मरण पावला. संपूर्ण गाव सुन्न झालं. हे कसं झालं? खरं की अफवा? आमचाच दादू की दादू नावाचा दुसराच कोणीतरी? संपूर्ण गावावर शोककळा पसरली, दुकानं पटापट बंद झाली. गावात अफवांचा महापूर आला. कोण म्हणायचा, 'कोरोनानं गेला.' कोण म्हणायचा, 'कावीळ वाढली.' कोण म्हणायचा, 'दुसराच आजार असणार.' गावकऱ्यांना काहीच समजत नव्हतं.

दादूच्या जवळचे मित्र त्याच्या घरी गेले. दादूच्या वडिलांना दादूबाबत विचारलं. पण त्यांना काहीच माहीत नव्हतं. त्यांनी दादूच्या बहिणीच्या मुलाला विचारलं. त्यालाही काहीच माहीत नव्हतं. मग गावकऱ्यांनी केरळला फोन केला. दादूच्या मुलीबरोबर बोलले. तेव्हा त्यांना 'कावीळ जास्त झाली. लॉकडाऊनमुळं औषधेही मिळाली नाहीत. त्यातच ते गेले', असं समजले. तोपर्यंत सरपंच आले. सरपंचांनी रिंकूला फोन लावला,

"मी सरपंच बोलतोय. काय झालं नेमकं?"

त्यांचा आवाज ऐकून रिंकू रडू लागली. तिनं त्यांना कसंबसं सगळं सांगितलं. सरपंचांनी ते सगळं ऐकून झटाझट फोन केले आणि लगेच पास मिळवून दिला. तो पास

त्यांनी रिंकूला फोनवरून सेंड केला आणि दादूचं प्रेत गावाकडं आणण्याची व्यवस्था केली. केरळातून दादूचं प्रेत घेऊन अँब्युलन्स आणि सोबत दादूची पत्नी, मुलगी आली. परंतु तोपर्यंत दादूच्या घरात मोठी अफवा पसरली होती, की दादू कोरोनानं मेलाय. त्याला कावीळ नव्हतीच.

दुपारी चार वाजता अँम्बुलन्स आली आणि एकच गहजब झाला. माणसं शोकाकूल झाली. दादूचे दोस्त तर हमसून रडू लागले. दादूचं घर शेतात होतं. गावकऱ्यांनी शेतातच प्रेत दहन करण्याचा निर्णय घेतला.

एवढ्यात दादूचा बाप पुढं आला आणि म्हणाला,

"गेलेला माणूस परत येणार नाही. पण त्याच्यामुळं घरातलं कोणीतरी कमी व्हायला नको. दादूच्या प्रेताला माझ्या शेतात अग्नी देऊ नका. मी हे होऊ देणार नाही."

माणसं चकित झाली. सरपंचही आश्चर्यचकित झाले. ते पुढे आले आणि त्यांनी दादूच्या बापाला समजावून सांगितलं की,

"दादूला कोरोना झालेला नव्हता. त्याला कावीळ झाली होती. त्यामुळं भिण्याचं काहीही कारण नाही."

परंतु दादूचा बाप ऐकायला तयार नव्हता आणि विधवा बहीण तर बोलायलाही तयार नव्हती. दादूची आई खाली मान घालून रडत बसलेली होती. दादूच्या बायकोचे डोळे सुजलेले होते. हे सर्व पाहून तिला भोवळच आली आणि ती खाली कोसळली. सरपंचांनी चार माणसांना बोलावलं. प्रेत गावातल्या स्मशानभूमीत न्यायचं ठरलं. तशीच अँब्युलन्स फिरवली आणि थेट गावच्या स्मशानात नेली. गावकऱ्यांनीच दादूचं दहन केलं.

मातीचा कार्यक्रम कसा तरी झाला असेल. तसं दादूच्या बायकोला आणि मुलीला त्याच्या विधवा बहिणीनं सांगितलं, "तुम्हाला तुमची सोय बघावी लागेल. तुम्ही आता कुठं राहणार? कारण तुमचं इथं काहीच नाही."

रिंकूच्या पायाखालची जमीनच सरकली. दादूची बायको गलितगात्र झाली. काय करावं ते त्यांना सुचेना. मग रिंकू सरपंचाकडं गेली आणि त्यांना सर्व कहाणी सांगितली. तेव्हा सरपंच म्हणाले,

"चार माणसं बोलावून बैठक घेऊ."

दोन दिवसांनी बैठक बसली. सरपंच दादूच्या वडिलांना म्हणाले, "पुढं काय करायचं काका?"

तेव्हा दादूचे वडील म्हणाले, "आता काय करायचं? दादूनं तर त्यांच्यासाठी काहीच केलं नाही. सगळे पैसे गावावर उधळले. बायका-पोरांची काळजी केली नाही. आता

त्यांच्या नशिबाला कोण काय करणार?"

सरपंच म्हणाले, "ही सगळी इस्टेट दादूनंच घेतली ना?"

तसे वडील संतापले आणि म्हणाले, "दाखवा बघू दादूचं नाव! तुम्ही आमचं घर फोडायला आलाय काय? दादूच्या नावावर एक एकर जमीन आहे. त्यावर त्याच्या बायका-मुलांनी कसंही चालवावं. आम्हाला त्याचा एक गुंठाही नको. बाकी मिळकतीत त्यांचा काडीचाही संबंध नाही."

कोणीच ऐकायला तयार नव्हतं. तुरुंगातून सुटून आलेला महादू म्हणाला, "दादूला तरी कुठं मुलगा आहे? म्हणूनच त्यानं स्वतःसाठी काही केलं नाही. त्यामुळं मध्यस्थी करणाऱ्यांना बोलायला जागाच नाही. त्याचं खाल्लं मीठ जागवण्यासाठी तुम्ही आला, त्याबद्दल राग नाही. पण आता उठा."

दादूच्या बापाचं आणि भावाचं रूप बघून गावकरी अचंबित झाले. नाईलाजानं

अपमान सहन करत ते आपापल्या घरी निघून गेले. दादूच्या बापानं त्याच्या बायको आणि मुलीला घराबाहेर काढलं. गावातच दादूच्या एका मित्राच्या घरी रिंकू आणि तिची आई राहू लागली.

एकेकाळी सोन्याच्या धुरात वावरणारी मुलगी होती रिंकू. गावी आल्यावर इथं ठेवू की तिथं ठेवू, अशी करणारी विधवा बहीण होती. मुंगळ्यासारखे चिकटणारे भाऊ आणि दादूचे वडील होते. ॲसिडच्या धुरात घरच्यांसाठी रिंकूच्या बापानं उभी हयात घालवली. मिळवेल तेवढा सगळा पैसा घरी दिला; पण करोडो रुपये ज्यांच्यासाठी खर्च केले, त्यांनीच शेवटी पाठ फिरवली.

रिंकूला सगळ्याचा विचार करून खूप वाईट वाटायचं, तिचे डोळे पाझरायचे. बाप होता तोपर्यंत घरच्यांचं रूप वेगळं होतं. माणसं इतकी नीच असू शकतात? जनावराच्या काळजाची का असतात? रिंकूचं डोकं भणभणायचं. पण इलाज नव्हता. रिंकू तसंच सगळं सहन करत होती. तिला राहून राहून एकच वाटत होतं की, माझा बाप आम्हाला असं उघड्यावर सोडून जाणार नाही.

रिंकूनं ठरवलं जमिनीचे पेपर्स काढून पाहू. दोन-तीन महिने असेच गेले. रिंकूनं काही कागदपत्रं जमा केली आणि मला फोन केला. मग रिंकू ऑफिसला आली. मी सर्व कागदपत्रं पाहिली; पण सर्व मिळकती ज्याच्या त्याच्या नावावर होत्या. पंचवीस एकर जमीन, पाच हजार चौरस फुटाचा भव्य बंगला; पण दादूचं नाव कुठंच नव्हतं. सर्व मिळकती घरच्यांच्या नावावर होत्या. नाईलाजानं मी रिंकूला म्हणालो,

"आपलं काही चालेल असं वाटत नाही. तरी पण एकदा खरेदी दस्त काढून पाहू."

आठवडा असाच गेला. सर्व खरेदी दस्त काढले; पण दादूचं नाव कुठंच नव्हतं. आता मात्र पुरता इलाज संपला. त्यामुळं रिंकू आणि तिची आई निराश होऊन घरी गेल्या. पण मला राहवत नव्हतं. शंका ही होती, की दादू असं करणार नाही. दादूचं शिक्षण कमी होतं; पण व्यवहारचातुर्य जास्त होतं. तो फसणं किंवा आंधळेपणानं व्यवहार करणं शक्यच नव्हतं.

दुसऱ्या दिवशी मी रिंकूला बोलावून घेतलं. दादू ज्या स्टँपवेंडरकडं दस्त करत होता, त्याच्याकडं गेलो. त्याला विचारलं, तर तो म्हणाला,

"दादू प्रत्येक मिळकत घरातील व्यक्तींच्या नावावर करायला सांगत होता. मात्र दरवेळी एक शंभर रुपयांचा स्टॅम्प नेत होता. त्या स्टँपचं काय करत होता, ते मलाही माहीत नाही."

आम्ही परत फिरलो. मी रिंकूला सांगितलं, "घरी सर्व कपाटं तपासून बघ. आणखी कागदपत्रं आहेत का? स्टॅम्प कुठे ठेवलेत का?"

पण काहीच सापडलं नाही आणि पुन्हा निराशाच पदरी आली. दिवस असेच जात होते. रिंकूनं जॉब करायचं ठरवलं. तिची आई घरी होती. गावकरी मदत करत होते. पण माझं मन साशंकच होतं. मला झोप येत नव्हती. मी खूप अस्वस्थ होतो. मी आठ दिवसांनी पुन्हा रिंकूला बोलावलं. केरळात दादू कोणा-कोणाकडं जात होता याची चौकशी केली. पण रिंकूला काहीच माहीत नव्हतं. तिनं एका गिऱ्हाईकाला फोन लावला. त्यानं सांगितलं,

"दादू काहीही करताना सुब्रमण्यम वकिलांचा सल्ला घेत होता. तुम्ही इकडं या, आपण त्यांची गाठ घेऊ."

मी ई-पास काढला. मग रिंकू, रिंकूची आई, तिचा मामा आणि मी असे केरळला गेलो. एकदम सीनियर आणि वयस्कर असलेल्या सुब्रमण्यम वकिलांकडं आम्ही गेलो आणि आश्चर्य घडलं. वकिलांकडं सर्व पेपर्स तयारच होते.

दादूनं सर्व मिळकती घरातल्या लोकांच्या नावे केल्या होत्या. पण दरवेळी शंभर रुपयांच्या स्टॅम्पवर करारपत्र करून घेतलं होतं. त्यात, 'दादूनं पैसे घातले आणि या मिळकती खऱ्या अर्थानं दादूच्या आहेत. मात्र हे बेनामी व्यवहार आहेत. प्रेमापोटी त्यांच्या नावावर घेतल्या आहेत', असे स्टँप होते.

माझा आनंद गगनात मावेना. रिंकूला यातलं काही समजत नव्हतं. मी त्यांना इतकंच सांगितलं की, "आता काळजी नको. आपण जिंकलोय."

आम्ही सगळे गावी परत आलो. सरपंच, पोलीस-पाटील यांना बोलावून घेतलं आणि सर्व प्रकार सांगितला. सरपंच आश्चर्यचकित झाले आणि म्हणाले, "आता सांगतो एकेकांना."

पुन्हा बैठक बसली आणि बैठकीत सरपंचानी सर्व कागदपत्रं दाखवली. सरपंच म्हणाले, "या मिळकतीमध्ये तुमचा काहीएक संबंध नाही. सर्व मिळकती दादूच्या वारसांना जाणार आहेत."

तरीही वडील, बहीण ऐकेनात. ते म्हणाले, "हे सगळं खोटं आहे. आमचे स्टॅम्प नाहीत, आमच्या सह्या पण नाहीत."

दोन दिवस गेले. मग रिंकूला सांगून कलेक्टर आणि एसपीकडं तक्रार केली. कलेक्टरनं सर्वांना बोलावलं आणि आदेश दिला की, "दहा दिवसात रिंकूला ताबा द्या. अन्यथा कायदेशीर कारवाई करावी लागेल."

कलेक्टरच्या या आदेशावर सर्वांचे चेहरे काळवंडले. कागदावर सह्या करून गपगुमान सर्वजण निघून गेले.

चार-पाच दिवस असेच गेले. सहाव्या दिवशी पुन्हा बैठक बसली. सरपंच,

पोलीस-पाटील गावकरी हजर होते. दादूचा बाप खाली मान घालून बसलेला होता. विधवा बहीण जमीन टोकरत बसलेली होती. महादू आभाळाकडं बघत विमनस्क होऊन बसलेला होता आणि भावजय आतच होती.

सरपंच म्हणाले, "काका, घर आणि जागा कधी खाली करताय?"

तसा बाप धाय मोकलून रडायला लागला. 'दादू किती चांगला होता. तो किती उदार होता. त्याला मी लहानाचं मोठं कसं केलं' वगैरे वगैरे सांगत राहिला.

सरपंच म्हणाले, "काका, स्वतःच्या पोराला जाळायला तुम्ही जागा दिली नाही. इतकं उफराटं काळीज बापाचं असू शकतं? दादू गेला, उणेपुरे चार-पाच दिवस झाले नाहीत. तोवर तुम्ही सगळ्या मिळकतीचे मालक झालात. त्याच्याच बायका-पोरांना घराबाहेर हाकलून दिलं, त्यांना देशोधडीला लावलं. करोडपती बापाची मुलगी गावातच भाड्यानं राहिली. तुमच्याकडं हजारवेळा याचना केली; पण तुम्हाला जरासुद्धा पाझर फुटला नाही. आता रडून तरी काय उपयोग? जमीन-जुमल्याच्या लोभानं तुम्ही आंधळे झालात. स्वतःच्या लेकराचं पण वाईट वाटलं नाही. ॲसिडमध्ये काम करून त्यानं इस्टेट मिळवली. या इलाक्यात तुमच्या घराचं नाव त्यानंच केलं. ॲसिडमुळंच त्याला कावीळ झाली. पण याची जाण कधी तुम्हाला आली नाही. तो मेल्यावर तर सारंच संपलं. ज्यांच्यासाठी केलं, तीच माणसं उलटली. आता तुमचीपण वेळ निघून गेली. उचला गबाळ आणि व्हा चालते. तुमची जी घरची मिळकत आहे, तिथं रामाचं राज्य करा."

तसा महादू उठला, सरपंचाच्या पाया पडू लागला आणि गयावया करू लागला. सरपंच म्हणाले, "महादू लेका, तू तर तुरुंगात आयुष्य काढलंस. दादूनं तुझ्या बायका-पोरांना सांभाळलं. इतकं की त्यांना कधी एकटेपणा वाटला नाही. तुला तुरुंगातसुद्धा मटणाचा डबा पोहोचायचा. दरवेळी चार-पाच हजार देऊन जायचा. तुझीसुद्धा बुद्धी पालटली?"

एवढ्यात विधवा बहीण पुढे आली आणि तीही सरपंचांना विनंती करू लागली. सरपंच म्हणाले, "आक्का, तुला तरी कळायला पाहिजे होतं. रामा महिन्याभराचा असताना पती वारला. तू इथंच राहिलीस. दादूनं तुला घराची मालकीण केलं, रामाला लहानाचं मोठं केलं. पोटच्या मुलापेक्षा चांगलं सांभाळलं. तुला कधी रोजगार करू दिला नाही. तुझ्यावर विश्वास ठेवून सत्तर लाखांचं घर बांधलं. दादू गेल्यावर तू सगळं विसरलीस. आता वेळ गेल्यावर रडून काय उपयोग? उठून बोऱ्या बिस्तारा गुंडाळा. तुमच्यापुढं दुसरा राहिला इलाजच नाही."

महादू आणि बाप उठले. धाय मोकलून रडू लागले. रडत रडत सामान भरू लागले.

तास-दीड तास झाला असेल, निम्मं-अर्धं सामान भरलं असेल, एवढ्यात रिंकू उभी राहिली. तिनं सरपंचांना सांगितलं,

"थांबवा, हे काका. मेलेल्यांना मारून काय उपयोग? ही सगळी जण मागतकरी होती. तशीच राहतील. माझा बाप देणारा होता. तो उदार आणि दिलदार होता. आम्हाला तोच वारसा त्यांनी दिलाय. यांनी चूक केली म्हणून आपण करायला नको. या प्रत्येकाला चार-चार एकर जमीन द्या आणि राहण्याकरता घर द्या. त्यांना बाहेर काढलं, तर माझ्या बापाला वाईट वाटेल. त्यांनी कधी कुणाला दुखावलं नाही. आम्हा दोघींना किती जमीन लागणार आहे? आणि हो माझ्या लग्नाची काळजी करू नका. बापानं त्याची तजवीज करून ठेवलेली आहे." रिंकू धाडधाड बोलत राहिली.

सरपंच, पोलीस-पाटील यांचे डोळे विस्फारले. सगळे स्तब्ध झाले. दादूच्या लेकीचा उदारपणा पाहून गावही गहिवरला.

सरपंच लांबूनच म्हणाले, "शाब्बास पोरी, शाब्बास! जिगरबाज बापाची लेक म्हणून गावाला तुझा कायम अभिमान वाटेल. आज तुझी ही कृती पाहून दादूच्या आत्म्याला पण शांती मिळाली असेल.

०००

रैनुसा

दोन हजार पाच साल असावं. मी नुकतीच वकिलीला सुरुवात केली होती. कोर्टातून पाच वाजता ऑफिसला यायचं, संध्याकाळी आठपर्यंत थांबायचं. मग उद्याच्या कामाची तयारी करायची. थोडा वेळ थांबायचं आणि नंतर घरी जायचं, असा माझा नित्यक्रम होता.

असाच एक दिवस. सायंकाळी सहाची वेळ होती. ऑफिसच्या पायरीवर एकटाच बसलो होतो. नेहमीप्रमाणंच रस्त्यावरची वर्दळ, वाहनांची ये-जा, माणसांची धावपळ सुरू होती. अचानक सचिन म्हणून एक मित्र आला आणि म्हणाला,

"कुठं लक्ष असतं? पुढं काय चाललंय वगैरे बघतो का नाही?"

माझ्या लक्षातच येईना. समजेना की आपण काय चुकलो आणि त्यानं बोट करून दाखवलं. रस्त्यावर वडापावच्या गाड्याशेजारी एक आठ-नऊ वर्षांची मुलगी रडत उभी होती. त्याला वाटलं ऑफिसच्या शेजारचीच कुणाची तरी असावी.

मी तिला बोलावून घेतलं. काही प्रश्न विचारले,

"बाळ कुठली आहेस तू? कुठून आलीस? वडिलांचं नाव काय? तुझं नाव काय?"

हळूहळू मुलगी बोलायला लागली. एकदा म्हणाली परभणीची, एकदा म्हणायची आम्ही पाथरीचं. नंतर म्हणायची आम्ही जिंतूरचं...

रंग गव्हाळी. केस विस्कटलेली, तेलाअभावी जटा झालेल्या. पुढचे दोन दात पडलेले. फाटका, मळका असा फ्रॉक. पायात मोठी स्लीपर होती. ती बहुधा आईची असावी. पायावर जखमा, कपड्यावर रक्ताचे डाग, हातावर ओरखडे अशा अवतारात भेदरलेल्या डोळ्यांनी सगळीकडं पाहात ती उभी राहिलेली होती.

'कुठली असेल? कुणाची असेल? आईबाप तरी असतील का? खरंच चुकलीय की सोडून दिलीय?' काहीच समजत नव्हतं.

तिच्या वयाची पोरं हसत बागडत आहेत. आईस्क्रिम खात आहेत, टीव्ही बघत आहेत, पिझ्झा-बर्गर मागत आहेत. पाणीपुरी खात आहेत. वॉटरगेम खेळत आहेत. मग हिच्या वाट्याला हे दिवस का? दिवसभर ही काय करत असेल? हिचं जीवन म्हणजे नेमकं कसं असेल? शाळा म्हणजे काय, हे तरी माहीत असेल का हिला?

माझ्यापुढं अनेक प्रश्न निर्माण झाले. या मुलीला घरी घेऊन जावं, तरी जोखमीचं काम होतं. नातेवाईकांशी संपर्क साधण्याचा प्रयत्न केला; पण कोणीच सापडेना.

तिला विचारलं, "वडापाव खाणार का?"

तर ती पटकन 'हो' म्हणाली. मी दोन वडापाव मागवले. तिनं ते गपागप खाल्ले. बरीच भूक लागलेली दिसत होती. मी पुन्हा दोन वडापाव मागवले. तिनं तेही खाल्ले आणि पाणी प्याली. मग थोडी शांत झाली. पुन्हा थोडं विचारलं. परंतु नातलग आणि तिच्या आई वडिलांचा पत्ता लागत नव्हता. शेवटी नाईलाजानं पोलीस स्टेशनला फोन केला. तिथं शिकलगार कॉन्स्टेबल होते. त्यांनी 'त्या मुलीला घेऊन या', असं सांगितलं.

मी आणि सचिन तिला घेऊन गेलो. पोलीस स्टेशनमध्ये तिच्यावर प्रश्नांची सरबत्ती सुरू झाली. पण पोरगी न घाबरता उत्तरं देत होती. नंतर समजलं, की ती भटक्या जातीची आहे. घरी आलो; पण डोळ्यापुढून त्या मुलीचा चेहरा जात नव्हता. पोलीस स्टेशनमधून बाहेर पडताना मी तिच्या हातावर शंभर रुपये ठेवले. आशाळभूत नजरेनं पाहात तिनं आम्हाला निरोप दिला.

चार-दोन आठवडे गेले असतील. तेव्हा मला बालसुधारगृहातून फोन आला की,

"भेटायला या. तुम्ही पाठवून दिलेली मुलगी पळून गेलेली आहे. पंचनामा करण्याच्या कामासाठी तुम्ही या."

त्या दिवशी मी गेलो नाही. दोन दिवसांनी गेलो. तरीही ती आली नव्हती. मग पंचनामा केला. जामीनदार म्हणून माझ्या सह्या घेतल्या. बालसुधारगृहाचे अधीक्षक तापले होते. ते म्हणाले,

"यासाठी बेवारस पोरं धोकादायक असतात. त्यांना आणणं जोखमीचं असतं. विनाकारण डोक्याला ताप होऊन बसतो."

त्यानंतर बरेच दिवस गेले, महिने गेले. दहा-बारा वर्षं अशीच गेली. मी ही गोष्ट विसरूनही गेलो.

एके दिवशी दोन लेडीज ऑफिसला आल्या. ऑफिस शोधतच त्या आलेल्या होत्या. त्यातल्या एकीनं विचारलं,

"ओळखलं का सर?"

मी बघितलं आणि आठवण्याचा प्रयत्न केला; पण लक्षात येईना. ती म्हणाली,

"मी रैनुसा. तुम्ही मला बालसुधारगृहात पाठवलं होतं."

माझ्या पटकन लक्षात आलं. मी अचंबित झालो. किती मोठी झाली होती रैनुसा!

मी बसायला सांगितल्यावर त्या दोघी बसल्या. मग मी म्हटलं,

"तेव्हा तू किती लहान होतीस. त्यावेळी आम्हालाही काय करावं ते समजत नव्हतं. पण दोन-चार आठवड्यातच तू पळून गेलीस. नंतर कुठं गेलीस? आई-वडिलांकडं गेलीस का?"

ती सांगू लागली, "मला आई-वडील नाहीत सर. कुठं आहेत तेही माहीत नाही. जिवंत आहेत की नाही, ते पण माहीत नाही. भटक्यानं माझा सांभाळ केला, म्हणून मी भटक्याची आहे. वडराच्या माणसानं सांभाळ केला असता, तर मी वडराची झाली असते. पारध्यानं केला असता, तर पारध्याची झाली असते. मी कुणाची ते माझं मलाच माहीत नाही. पण ज्यांनी सांभाळलं, त्यांनाच आई-वडील मानलं. त्यांच्या घरी लहानाची मोठी झाले. रंगय्यादादा आणि सुमीबाई यांनी मला सांभाळली. सांभाळली म्हणजे मला पोटाला दिलं. अन्नाशिवाय मरू दिलं नाही इतकंच."

ती खाली पाहत थोडा वेळ थांबली. एक आवंढा गिळून पुढं सांगू लागली, "पण त्याबदल्यात त्यांनी माझा चोरीसाठी उपयोग केला. दिवसभर भीक मागायचं नाटक करायचं आणि त्याचवेळी चोरीही करायची. चोरलेलं सगळं त्यांना आणून द्यायचं. मग त्या बदल्यात रात्री जेवण मिळायचं. जेवण तरी काय? कुणीतरी दिलेली आमटी-भाकरी, तर कधी शिळा दूध-भात. आठ पंधरा दिवसात शिकारीचं मटण किंवा भाजलेला मासा मिळायचा. दरवर्षी वेगळं गाव, दरवर्षी निराळाच मुलूख. परभणीला आम्ही काही वर्षं एकाच गावात होतो. जिंतूर नावाच्या गावातच मुक्काम होता. गावाबाहेर पडका वाडा होता. तो वापरात नव्हता. तिथल्या पाटलानं तिथं राहायला परवानगी दिली. त्यामुळं आम्ही तिथं राहत होतो.

एके दिवशी शिक्षण कमिटी आली. ते बापाला म्हणाले, 'मुलीचं नाव शाळेत घातलं पाहिजे. नाहीतर कायदेशीर कारवाई होईल.'

मग बाप तयार झाला आणि शाळेत नाव घातलं. पण मी शाळेला कधीतरीच जात

होते. बाप चोरी करायला पाठवायचा. मग घरी आले की अभ्यास करायचे. माझी शाळा सेमी इंग्लिश होती. आम्हा बाई 'एबीसीडी'पासून शिकवत होत्या; पण बाप सरळ शिकू देत नव्हता. पैसे कमी पडले, की मला चोरी करायला पाठवून द्यायचा. चोरीचा माल मिळवायला दोन-तीन दिवस लागायचे. कधीकधी तर आठ-आठ दिवस काहीच मिळायचं नाही. मग बाप समोर बसवायचा आणि 'दिवसभर नुसतं बोंबलत फिरलीस? कामावर ध्यान न्हाय?' असं म्हणून रापकन काठी मारायचा. कधी पाठीवर, कधी पायाच्या नळीवर, कधी हातावर. मला मोठ्यानं रडू यायचं; पण आवाज काढला, की आवाज बंद कर म्हणून पुन्हा रट्टा बसायचा.

दारू पिऊन आल्यावर तर लय वरडायचा. 'पैसे दे, सोनं दे' म्हणायचा. आज

नाही मिळालं म्हटलं, की चुलीतला इंगळ घ्यायचा आणि मला हात पुढं कर म्हणून तळहातावर इंगळ टाकायचा. त्याचे चट्टे अजूनही आहेत." असं म्हणून तिनं हात पुढं केला. ते बघून माझ्या काळजात चर्रर्र झालं.

ती पुढं सांगू लागली, "काही दिवसांनी कळलं, की तो आपला सख्खा बाप नाही. त्याला एकदा कचऱ्याच्या डब्यात पडलेलं एक पुडकं सापडलं होतं. त्यात कुणीतरी जिवंत अर्भक टाकून दिलेलं होतं. त्यालाही मूलबाळ नव्हतं आणि बायको पण अशीच मागं लागून आलेली होती. दोघंही निपुत्रिक होते, म्हणून त्यांनी ते अर्भक घरी आणलं. ते अर्भक म्हणजे मीच. मग त्यांनी माझा सांभाळ केला. थोडी कळती झाल्यावर चोरी करायला शिकवलं. चोरी करताना पकडलं, तर काय करायचं तेही शिकवलं. पळून कसं जायचं ते शिकवलं. लोकांना कसं फसवायचं तेसुद्धा शिकवलं.

जिथं मुक्काम आहे, त्या शेजारच्या गावात जायचं. कुणाचं तरी अंगण झाडायचं, पालापाचोळा कचऱ्याच्या डब्यात टाकायचा. भाकरी मागून घ्यायची. दोन-तीन दिवस असं दररोज करायचं. मग मालकिणीचा विश्वास बसायचा. घरातली लहान मुलं लाडकायची. त्यांना जवळ घ्यायचं. त्यांचे पण हात पाय धुवायचे आणि एक दिवस कानातला/गळ्यातला डाग काढायचा. तो हळूच लपवून ठेवायचा आणि थेट रस्ता धरायचा. पुन्हा त्या गावात थांबायचं नाही.

एकदा अशीच भटकत होते, कोण भेटतंय का ते पाहात होते. त्या गावात एक मारवाडीण होती. दुपारची वेळ असल्यानं ती अर्धवट झोपेतच होती. गेट उघडून आत गेले आणि म्हटलं,

"काम असलं तर द्या."

ती म्हणाली, "नुकतीच कामवाली येऊन गेली गं."

मग मी म्हटलं, "पाय दाबून देऊ का?"

तर तिनं मला बेडरूममध्ये नेलं. मी तिचे पाय दाबू लागले. त्यात तिचा कधी डोळा लागला ते कळलंच नाही. तिथल्याच टेबलवर दागिने पडले होते. मी त्यातला एक उचलला आणि थेट घरी गेले पालावर. मिळालेलं सगळं बापाच्या हातात दिलं. त्या दिवशी बापानं मटण आणलं, दारू पिऊन रात्रभर धिंगाणा केला; पण मला मारलं नाही. उलट जवळ घेतलं, पाठीवरनं हात फिरवला आणि 'माझी पुरगी लय गुणाची. बापासाठी किती पळतीया...' असं काहीबाही रात्रभर बडबडत राहिला.

दिवस असेच जात होते. एकदा मी चौथीत असेन, तेव्हा शाळेची सहल जाणार होती आणि सगळ्या मुली जाणार होत्या. मी बापाला म्हटलं,

"शाळेची सहल जाणार आहे. पैसे पाहिजेत. एकशे पन्नास रुपये."

तसा बाप बिथरला आणि मला खूप मारलं. मला ओढत ओढत वाड्याच्या जिन्यात पार वर नेलं आणि तिथून खाली ढकललं. माझे पुढचे दोन दात पडले, कापडं रक्तबंबाळ झाली. मग मला तशाच अवस्थेत त्यानं चोरी करायला पाठवलं.

"आज मोकळ्या हातानं आलीस, तर पायच मोडतो." असं म्हणाला आणि मला घराबाहेर हाकलूनच दिलं.

मग मी बाहेर पडले. त्या दिवशी रात्री स्टँडवर झोपले आणि दुसरे दिवशी फिरत फिरत आले. तुमच्या ऑफिससमोर वडापावचा गाडा आहे, तिथं उभी राहिले. मला खूप भूक लागली होती; पण माझ्याजवळ पैसे नव्हते. मला खूप रडायला आलं होतं, एवढ्यात तुम्ही आलात. मला तुम्ही पोलीस स्टेशनला सोडलं होतं. त्यांनी मला एका बालसुधारगृहात ठेवलं. तिथं एक मावशी होती. मी तिच्यासोबत राहू लागले.

पहाटे पाचला उठायचं. मग कारागृहाच्या पुढचं मैदान झाडायचं, पाणी भरायचं, कचरा पेटवायचा, स्वयंपाकाला मदत करायची, अशी कामं करावी लागायची. बापाच्या पालावर मार खात होते, मला जेवणही वेळेवर मिळत नव्हतं. त्यापेक्षा इथं बरं होतं. निदान पोटाला तरी मिळत होतं. पण लवकरच तिथं घुसमट व्हायला लागली. एके दिवशी मी मनाचा हिय्या केला आणि पळून जायचं ठरवलं. माझी भीती मोडली होती. मार खाण्याची सवय होतीच आणि पळून जाण्याचाही सराव होता. ज्यानं मला सांभाळलं, त्याचीच ही कृपा होती.

मला त्याही अवस्थेत बापाची आठवण आली. त्यानं माझ्यावर उपकारच केले होते. रंगय्यादादा बाप नसता तर? त्यानं पायाच्या नळ्यावर काठीनं मारलं नसतं तर? त्यानं उपाशी ठेवलं नसतं तर? त्यानं रात्री अंधारचं हाकललं नसतं तर? तर मला टणकपणा आला नसता सर. कदाचित मी मिळमिळीत बाईलच झाली असते. सोशिक, थंड गोळा, होईल तो अन्याय सहन करणारी, खाली मान घालून चालणारी, समाज काय म्हणेल याचाच विचार करणारी भित्री भागूबाई झाली असते. पण पालन करणाऱ्यानं मला घडवलं, मला तयार केलं. त्यानं माझी ही अशी मूर्ती घडवली. त्यामुळंच एके दिवशी मी धाडस केलं. झोपलेल्या मावशीजवळ चाव्यांचा जुडगा ठेवलेला होता, पोलीस बंदोबस्तही होता. पण त्यातूनही मी थेट बाहेरचा रस्ता धरला. वाट फुटेल तिकडं चालत राहिले. जाणार कुठं त्याची काहीच दिशा नव्हती, ठिकाण नव्हतं. असाच एक बेवारस मुलींचा अनाथाश्रम दिसला, म्हणून तिथं गेले आणि विचारलं,

"काम मिळेल का?"

तिथं मला मुलींची खरकटी भांडी धुणं, त्यांचे कपडे धुणं, गाद्यांवरील अभ्रे झाडणं, त्यांना दुकानातून वस्तू आणून देणं, लागेल ती मदत करणं अशी कामं मिळाली. तिथंच

मला एक मैत्रीण भेटली. तिला सख्खी आई नव्हती. सावत्र आई छळ करत होती. म्हणून बापानं तिला अनाथाश्रमात टाकलेली होती. मी तिच्यासोबत राहू लागले. तिनंच मला अनाथाश्रमात प्रवेश मिळवून दिला. वर्षभरानं ती मैत्रीण मला म्हणाली,

"एकदा आपण तुम्ही राहात होता त्या गावी जाऊया आणि तुझा शाळेचा दाखला आणूया. तू शाळेत प्रवेश घे आणि शाळा शिक. मुलीच्या जातीला शिक्षणाशिवाय पर्याय नाही."

मग एके दिवशी वसतीगृहातून परवानगी काढली आणि आम्ही परभणीमध्ये, जिंतूरला जिथं मी शाळा शिकत होते, तिथं गेलो. तिथल्या एचएमना माझा दाखला मागितला. पण ते दाखला द्यायला तयार नव्हते. त्यामुळं मैत्रिणीनं विनवण्या केल्या, वसतीगृहाच्या अधीक्षकांना फोन करायला सांगितला. मग कुठं ते कबूल झाले आणि मला नववी पास असलेला शाळेचा दाखला मिळाला.

आम्ही परत आलो. मला वसतीगृहात तर प्रवेश होताच, आता शाळेत पण मिळाला. माझं दहावीत नाव घातलं. थोडं थोडं लिहायला येत होतं आणि वाचायला पण येत होतं. मग मी दहावीच्या अभ्यासाला सुरुवात केली. रात्रभर अभ्यास करायचे आणि दिवसभर वसतीगृहातलं काम करायचे. जागरणानं खाल्लेलं पचत नव्हतं. मला अशक्तपणा आला, गालफाडं आत गेली, तोंडावर सुरकुत्या पडल्या, डोळेही सुजले. मग आतडी ओली करण्यापुरतं खात राहिले; पण अभ्यास सोडला नाही. एक मिनिटही वायफळ घालवला नाही. कारण दहावी पास व्हायचं ठरवलं होतं. जीव गेला तरी बेहत्तर, पण अभ्यास सोडायचा नाही, हेही ठरवलं होतं. मला मैत्रीण सहकार्य करायची. ती पुस्तकं द्यायची, हवं नको ते बघायची."

असं म्हणून तिच्याबरोबर आलेल्या मैत्रिणीकडे पाहून ती म्हणाली, "ती मैत्रीण म्हणजे हीच."

तिनं पुढं सांगायला सुरुवात केली, "मी दहावी पास झाले. मला खूप खूप आनंद झाला. बघता बघता मी बारावी झाले. वसतीगृहातल्या मैत्रिणीच्या सल्ल्यानं बीडीएसला प्रवेश मिळाला. मग कॉलेजलाही जाऊ लागले. परंतु मी बेवारस असल्यानं मला पोरं त्रास द्यायची, खूप छळायची. ते टोमणे मारायचे, मागं मागं फिरायचे, लगट करायचे; पण मी घाबरत नव्हते.

एकदा अशीच एका पोराची नजर गेली. चांगला सुशिक्षित दिसत होता. बहुदा आमदाराचा मुलगा असावा, त्यामुळं जास्तच टारगट होता. हातात ब्रासलेट, काळा गॉगल, पुमाचे शूज, आयफोन आणि रोज अवेंजर गाडी घेऊन यायचा. तो माझा पिछाच सोडीना. एके दिवशी जवळ आला आणि आजूबाजूला कोणी नाही बघून त्यानं माझा

हात धरला. पण मी घाबरले नाही, घाबरण्याचं नाटक केलं. त्यानं मला एका लॉजवर नेलं आणि खोलीत बळजबरी करू लागला. त्यानं कपडे काढले होते. मी मग नको तिथं अवघड जागी हात घातला. मग लगेच बोंबलायला लागला. त्याला दोन-तीन मिनिटांनी मी सोडून दिला आणि म्हटलं,

"पुन्हा माझ्या नादाला लागलास, तर घरात श्रद्धांजलीचा कार्यक्रम होईल."

असं म्हणून मग मी बाहेर पडले. जाताना पुन्हा मागं वळून पाहिलं. तो भेदरला होता. तसं मी पुन्हा म्हटलं, "माझ्या नादी नव्हं, कुठल्याच पोरीच्या नादाला लागलास तरी सोडणार नाही."

त्यानंतर परत तसा प्रसंग कधी आला नाही. मात्र अधूनमधून भेदक, विकृत, वासनांध, वखवखलेल्या, लाळ साठलेल्या अशा अनेक नजरा जाणवत होत्या. पण मी त्याची फिकीर केली नाही. मी बीडीएस झाले, मात्र अनाथ वसतीगृहातच राहात होते.

काही दिवसांनी असाच एक अनाथ भेटला. तोही बीडीएस आहे. त्यानं मागणी घातली. गरिबांसाठी हॉस्पिटल काढायचं त्याचं स्वप्न आहे. मी माझं स्वप्न त्याला सांगितलं. मी अनाथ, बेवारस अर्भकावस्थेत टाकून दिलेल्या मुला-मुलींकरता आयुष्यभर काम करणार आहे. हे त्यानं मान्य केलं आहे. पुढच्या महिन्यात माझं लग्न आहे सर."

तिची ही कहाणी ऐकून माझ्या अंगावर काटा आला. मी म्हणालो, "तुला टाकून देणारे जन्मदाते आई-बाप कपाळकरंटेच होते म्हणायचे."

ती पटकन म्हणाली, "नाही सर. त्यांना तरी कपाळकरंटे कसं म्हणायचं? निदान त्यांनी नरडं दाबलं नाही, मुलीच्या मांसाचा गोळा म्हणून कुत्र्यापुढं टाकलं नाही. कचराकुंडीत टाकायलासुद्धा दयाभाव लागतोच की. त्यांच्या पोटामधून मी आले. त्यांनी नऊ महिने सांभाळलं. दुनिया चांगली-वाईट, दुःखी आनंदी कशीही असू दे; पण त्यांनीच मला ती दाखवली. त्यांच्यामुळंच तर आज मी आहे.

पण एक मात्र खरं आहे सर. आता माझं लग्न होईल. मी बेवारस मुला-मुलींच्यासाठीच आयुष्य घालवायचं ठरवलंय. अशावेळी मला नसणाऱ्या आई-बापाची आठवण येत राहते. पालन केलेल्या रंगय्याची पण आठवण येत राहते. तो कुठं असेल? त्यानं दारू सोडली असेल का? तो थकला असेल का? जिवंत तरी असेल का? आणि ज्यांनी जन्माला घातलं ते? त्यांना दुसरा मुलगा झाला असेल का? की दुसरीही माझ्यासारखीच... मुलीच्या रक्तमांसाचा गोळा... त्यांना कधी माझी आठवण येत असेल का? आईला काय वाटत असेल? ती आता काय करत असेल? त्यांच्या हवेलीत ते सुखी असतील का? असे एक ना दोन, अनेक प्रश्न मनात येतात.

मी उभं केलेलं तळहाताएवढं छोटं विश्व बघायला दोघंही नाहीत. ना जन्मदाता, ना पालनकर्ता!"

ती गप्प झाली. थोडा वेळ असाच गेला. तिच्याबरोबर आलेली मैत्रीण डोळे पुसत होती.

"जाऊ द्या सर. मी तर तुम्हाला लग्नाची निमंत्रण पत्रिका द्यायला आलेली आहे आणि तिसराच विषय निघाला."

मी उठलो आणि रैनुसाच्या पायाला स्पर्श केला. (ती नको नको म्हणत होती तरीही)

मी म्हणालो, "जंगल नष्ट झालं, म्हणून वाघीण मांजर होत नाही रैनुसा. तू वाघीण आहेस. पालनकर्ता आणि जन्मदाता नष्ट झाले; पण तू तुझ्यातली संघर्षाची, माणुसकीची वाघीण जिवंत ठेवलीस. ती कायम राहू दे. आता तूच तूझी पालनकर्ती आणि जन्मदात्री झाली आहेस. तू कुणाची? तुझा धर्म कोणता? जात कोणती? आता या कशाचीच आवश्यकता नाही. कारण तू म्हणजे स्त्री जातीला पडलेलं एक सुंदर स्वप्न आहेस.

तुमच्या लग्नाला मी नक्की येतो. पण त्याहीपेक्षा बेवारस मुलींच्या वसतीगृहाच्या ओपनिंगला नक्की येईन."

लग्नपत्रिका देऊन रैनुसा आणि तिची मैत्रीण निघून गेल्या. रैनुसा या वाघिणीच्या पाठमोऱ्या आकृतीकडं मी पाहातच राहिलो!

०००

(सु) संवाद

'बायको तापट आहे.'
'आळशी आहे.'
'चुकलं तर बोललेलं तिला चालत नाही.'
'चुकीला चूक म्हटलं, तरी आठ दिवस फुगून बसते.'
'मुलांच्याकडं लक्ष देत नाही.'
'टँम्पर बदल म्हणून मलाच सांगावं लागतं.'
'सासऱ्यांना मान देत नाही.'
'सासूला रिस्पेक्ट देत नाही.'
'प्रत्येक कामाकडं दुर्लक्ष करते.'
'कितीही सांगितलं तरी त्याच चुका पुन्हा करते.'
'खोटं तर इतकी बोलते विचारू नका.'
'कपडे धुवायला दिले त्यातून एक दागिना गेला. परत शोधल्यावर सापडला.'
'घर स्वच्छ ठेवत नाही.'
'सगळ्या वस्तू कुठंही पडलेल्या असतात.'
'स्वयंपाक नीट येत नाही.'

'चपात्या कच्च्याच असतात.'
'भाकऱ्याही येत नाहीत.'
'ती सकाळी आठ वाजता उठते.'
'विचारलं की उलट उत्तर देते...'

हर्षद हे सारं सहन करत होता. त्यांच्यात कधी कधी खटके उडत होते, भांडण-तंटा होत होता. पण हे असंच सुरू होतं.

हर्षदच्या लग्नाला आठ वर्षं झाली. दोन मुलं आहेत. हर्षद एमई होता. अर्चना एमबीए होती. हर्षद रिलायन्समध्ये जॉब करतोय, तर अर्चना मुलांसाठी म्हणून हाऊसवाईफ आहे. घरी आई-वडील, बहीण, पत्नी आणि मुलं. तसं पाहिलं, तर खाऊनपिऊन सुखी असं छोटं कुटुंब.

घरी केल्विनेटरचा डबल डोअरचा फ्रिज, बत्तीस इंची सॅमसंग एलईडी टीव्ही, सॅमसंग मायक्रोवेव्ह ओव्हन, एलजीचा इन्वर्टर, ब्ल्यू स्टार एअर कंडिशनर असं सगळं ब्रँडेड साहित्य आहे. आठवड्याला ताजा भाजीपाला येतो आणि दर रविवारी डी-मार्टची फेरी होतेच. टूथपेस्टपासून ते डव्ह साबणापर्यंत सगळं सामान हर्षद आणून देतो. तसं बघायला गेलं, तर कशाचीच कमतरता नाही.

पण तरीही अर्चना अशी वागत होती. तिला काहीच कमी नव्हतं. माहेरात मिळालं नसतं, इतकं तिला मिळालंय आणि काम तर काहीच नाही. 'फार कंटाळा आला, तर कामाला बाई सांग' असंही सांगितलं; पण काहीच फरक पडला नाही. थोडं काही झालं, की चेहरा पाडून बसते.

या सगळ्या गोष्टी तिच्या आई-बापामुळं होत आहेत. त्यांचा हस्तक्षेप खरंतर नको आहे. पण आई-बापाबद्दल बोललेलं तिला अजिबात खपत नाही. 'एक वेळ मला शिव्या द्या; पण माझ्या आई बापाला बोललेलं मला चालणार नाही.' असं तिनं खडसावून सांगितलं होतं. खरी कळ तिथंच आहे. त्यांचा या दोघांच्या कुटुंबात इंटरफियर वाढत आहे, तेव्हापासूनच ही अशी वागत आहे. नाहीतर लग्न झाल्या झाल्या व्यवस्थित होती. तिचा एकच ठेका आहे. 'तुम्ही आई-बाबांचं ऐकून मला बोलायचं नाही. तुम्ही तुमच्या आई-बापाला जाब विचारत नाही.'

वाद विकोपाला जाऊ नये म्हणून हर्षदनं घर सोडलं. जवळच असलेल्या शहरात दोघंही राहू लागले. आईवडील कधीतरी नातवांना पाठवायला सांगत; पण अर्चना काही त्यांना पाठवत नव्हती. 'माझ्या मुलांना मी तिथं अजिबात पाठवणार नाही', असं म्हणत होती. यातूनही दोघांचे वाद होत होते.

हर्षदला कोणतंच व्यसन नव्हतं. ना दारू, ना सिगारेट, ना गुटखा, ना मावा. त्याचं

वागणंही अतिशय नम्र होतं. तो जॉब करताना कधी कुणाला उलट बोलत नव्हता. एकदम सरळ मार्गी. अशा हर्षदनं बायकोला मारण्याचा तर प्रश्नच नव्हता.

पण एकदा असंच कशावरून तरी भांडण झालं. हर्षदची आई वटवटत होती.

"वळण लावलं नाही. तसाच दोडका ठेवलाय. आमच्या पोराच्या गळ्यात बांधलाय."

हे ऐकल्यावर अर्चना पण तोंडाला लागली. त्यावेळी हर्षदनं थोबाडीत मारली. त्यानंतर ती चार दिवस बोललीच नाही.

हर्षद पार वैतागून गेलेला. कोणत्या भाषेत हिला समजवावं? ही अशी का वागते? तिला काय कमी पडलं? हिच्या मनात प्रपंच तर करायचा आहे का? हिला नवरा पसंत नसेल का? की लग्नाअगोदर...

हर्षदचा पारा चढायला लागला. नको नको ते विचार वाढायला लागले. सुटीचा दिवस असूनही तो घरी थांबला नाही. उठून बाहेर पडला आणि रुपेशकडं गेला; पण तो घरी नव्हता. मग सरळ मंदिरात गेला. तिथं तो तासभर बसला आणि डोकं शांत झाल्यावरच घरी परत आला.

दोन्ही मुलं खेळत होती. टीव्ही चालू होता. अर्चना स्वयंपाक करत होती. गॅसवर चपात्या भाजत होती. तिकडं दूध तापत होतं. तो आल्याचं कळलं, तरी अर्चना खाली मान घालून काम करत राहिली. हर्षदची जेवणाची इच्छा नव्हती. तरीही वातावरण शांत करण्यासाठी तो म्हणाला,

"झाला का स्वयंपाक? जेवायला बसू या!"

तिनं काहीच न बोलता ताटं करायला सुरुवात केली. एक ताट आपल्याला वाढून घेतलं. दुसरं हर्षदसाठी तयार केलं. डायनिंग टेबलवर दोन्ही ताटं ठेवून ती पुन्हा गॅसकडं वळली. तिथली आवराआवर करून ताटावर बसली. दोघांनीही न बोलता जेवण संपवलं. हर्षद बेडरूमकडं गेला. ती भांडीकुंडी करत राहिली.

'आज काहीतरी सोक्षमोक्ष लावायलाच पाहिजे. एकतर मॅचअप होईल, नाहीतर ब्रेकअप होईल. असं कुठपर्यंत चालणार? लहान मुलांच्यावर परिणाम होतोय. हिला एवढं समजावतोय, पण काहीच फरक पडत नाही.'

हर्षदनं मग बेडरूममधूनच आई-बाबांना फोन लावला आणि घरातली धूसफूस कळवली. 'दोन दिवस अबोला आहे. एक नाही- दोन नाही.' हे सगळं ऐकल्यावर मग तर आई बाबांनी स्पष्टच सांगितलं,

"घे जा घटस्फोट. तुला आमचा पूर्ण पाठिंबा आहे. तिच्यासारख्या छप्पन पोरी मिळतील."

आज ऑफिसला सुट्टी होती. चार वाजताच हर्षद उठला आणि अर्चनाला म्हणाला, "आपण बाहेर जायचं आहे. आवर लवकर."

अर्चना म्हणाली, "मला अजून भरपूर काम आहे. मी नाही येऊ शकत."

हर्षद म्हणाला, "लवकर परत येऊ. आल्यावर काम कर. फार तर मी करू लागतो."

तो असं म्हटल्यावर मग दोघांनी आवरलं. दोघंही फ्रेश झाले. ब्रिझाला स्टार्टर मारला. दोघंही एमेम पार्कला गेले.

पार्कमध्ये तुरळक गर्दी होती. आंब्याची हिरवीगार झाडं, उंच नारळाच्या झावळ्या, रंगीबेरंगी फुलांचे ताटवे, अधूनमधून बसायला बाकडी, फिरतेले भेळवाले, पुरीवाले, बाजूला आईस्क्रीमचे गाडे अशा प्रसन्न वातावरणात लहान मुलांचा लॉनवर दंगा सुरू होता. बरीच जोडपी बोलत बसलेली होती. काही ठिकाणी आजी-आजोबा येऊन बसलेले होते.

मोकळ्या ठिकाणाच्या बाकावर दोघं बसले आणि मुलांना छोट्या पाळणाघरात ठेवलं. थोडा वेळ शांततेत गेला.

हर्षद म्हणाला, "तू असं का वागतेस? तू ऐकत का नाहीस?"

अर्चना म्हणाली, "तुम्हाला काय वाटतं? मी असं का वागत असेन?"

हर्षद म्हणाला, "युक्तिवाद नको अर्चना. मी सिरीयसली विचारतोय."

अर्चना म्हणाली, "मी पण सिरीयसली बोलत आहे. मला तर या गोष्टीचा खूप कंटाळा आलाय आता. दरवेळी तुम्ही समजूत घालणार, मात्र प्रश्नावर तोडगा निघत नाहीच. अशानं प्रश्न संपत नाहीत. उलट ते वाढतच जातात. म्हणून मीच आज तुम्हाला काही प्रश्न विचारणार आहे. त्याची तुम्ही प्रामाणिकपणे उत्तरं द्या.

तुमच्या आईचा माझ्यावर एवढा राग का? तुमची आई माझा एवढा द्वेष का करते? 'हे सर्व मी मिळवलं आहे' असं मला वारंवार का म्हणते? त्यातून त्यांना काय सांगायचं असतं? 'तू आल्यापासून घरातली शांती गेली' असं का म्हणते? नणंद आपल्या संसारात ढवळाढवळ का करते? एकाच घरामध्ये नणंदेला नियम वेगळा आणि माझ्यासाठी वेगळा असं का? 'तुला खेटराची किंमत, केरसुणीची किंमत' असं सासू का म्हणते? राब राब राबलं, तरी त्यांना काहीच का वाटत नाही? कपड्यातला दागिना गेला होता, की लपवला होता? कौतुकाचा शब्द कधी का येत नाही? संसार आकार घेण्याआधी मूल जन्मलं त्यात माझा काय दोष? बाळंतपणात वेळ असूनही सासूबाई बाळाला बघायला का आल्या नाहीत? आत्तापर्यंतच्या तक्रारी आईचं ऐकूनच का झाल्या? आपल्या दोघात ती भांडण का लावते? तुम्हाला कायम एकाचं दोन करून का सांगते? हे सगळं माहीत असूनही तुम्ही आईचंच का ऐकता? आई फक्त तुम्हालाच

फोन का करते? मी फोन केला तर सरळ का बोलत नाही? माझी मुलं पाहिजेत, मात्र मी नको असं का?

असे अनेक प्रश्न आहेत हर्षद. किती सांगू? यावर तोडगा तुम्हालाच काढावा लागेल." असं म्हणून ती थोडा वेळ थांबली. मग पुन्हा बोलू लागली,

"आईशी बोला हर्षद, तिला समजावून सांगा. मी तुमच्या घरात आरोपी म्हणून आले नाही. लक्ष्मी म्हणून आले आहे. मागं लागून नाही आले. दोन्ही कुटुंबाच्या स्नेह बंधनातून सन्मानपूर्वक आले आहे. माझं चुकत असेल, तर मी दुरुस्त होण्यास कधीही तयार आहे. प्रत्येकानं हीच भावना ठेवली, तर कुठंच प्रश्न येणार नाही. मी पण या घरातील सदस्य आहे. मला तुम्ही सुशिक्षित मोलकरीण म्हणून नाही आणलेलं. इकडं येण्याआधी मी पण तुमच्या बाबतीत स्वप्नं बघितली. वाटलं, मला माझ्या स्वप्नातला राजकुमार मिळाला. मला समजून घेणारा, हातावरच्या फोडासारखं जपणारा, माझी जिंदगी सुरक्षित करणारा. त्याच्या सहवासात माझ्या कळीचं फूल होईल, अशी जपणूक करणारा. चुका पोटात घालणारा, चुकलं तरी समजावून घेऊन पाठीवर थाप ठेवणारा. 'मी आहे ना, कशाला काळजी करतेस' असं आश्वासक वागणारा. माझ्या हळव्या संवेदनांना जपणारा, भावनिक सहजीवन देणारा. सासूच्या तोंडाळपणाला समजुतीनं सांगणारा. एकमेकांच्या मनावर ओरखडा उठणार नाही याची काळजी घेणारा. आईचं ऐकून न भांडणारा, एकच बाजू ऐकून गैरसमज करून न घेणारा.

सासू-सासऱ्यांनी आयुष्यभर पोटाला चिमटा काढला. तळमळ केली, तुम्हाला लहानाचं मोठं केलं. आपला प्रपंच इथपर्यंत आणण्याकरता खस्ता खाल्ल्या. त्यामुळं त्यांच्या म्हातारपणात तुम्हीच त्यांची काठी आहात, या गोष्टी मलाही कळतात हर्षु.

पण मी माझं सर्वस्व झोकून द्यायचं आणि तुमच्या कुटुंबानं कायम संशयानं पाहायचं, असं का? मी कुठं कमी पडते? मी आणखी काय करू? माझी काही एक चूक नसताना सासूचं बोलणं ऐकावं, त्यांचे शिव्याशाप सहन करावेत, त्यांच्या हेतुपुरस्सर चुकीच्या वागण्याकडं दुर्लक्ष करावं, त्यांनी हिडीसफिडीस केलं, तरी मी हसतमुख राहावं, हाक मारली की सेवेला हजर राहावं, हीच सर्वांची अपेक्षा आहे ना? मी माणूस आहे, का रोबो मशीन आहे हर्षद?"

ती बोलायचं थांबली. वातावरण गंभीर झालं होतं. थोडा वेळ शांततेत गेला. कुणीच काही बोलत नव्हतं. बाजूला मुलं खेळत होती. सायंकाळ होऊ लागलेली होती. पार्कमधले दिवे लागू लागले आणि बराच वेळ असाच गेला.

हर्षद गप्प होता. तो उठला आणि त्यानं गजरा विकणाऱ्या पोराला बोलवलं. दहा रुपयाचा सुगंधी गजरा घेतला. अर्चनाच्या अगदी जवळ बसला. तिच्या केसात गजरा

माळला. तिचा हात हातात घेत भावनिक होऊन बोलू लागला,

"अर्चना काही गोष्टी मला आठ वर्षांत समजल्याच नाहीत. मी तुझ्याबद्दल नको ते गैरसमज करून घेत गेलो. तू बोललीस त्यामध्ये बराच तथ्यांश आहे. पण मी वचन देतो, यातून मार्ग निघेल. तुझ्या स्वप्नातला राजकुमार तुझी स्वप्नं पूर्ण करेल. मी आईलाही समजावून सांगेन आणि बाबांनाही समजावून सांगेन. पण इथून पुढं आपल्यात अंतर पडता कामा नये. दोघांमधील गैरसमज, या अंतरानंच हा खेळ केला. आपण एकमेकांपासून किती दूर होतो, हेही आज समजलं. गोष्टी छोट्याच असतात अर्चना; पण नंतर डोंगराएवढ्या होतात. त्या मोठ्या होण्याअगोदरच नष्ट कराव्या लागतात. त्यासाठी दोघांकडंही समजूतदारपणा असावा लागतो. आपण आता तो वाढवूया."

आता पार्कमधली गर्दी कमी झाली होती. हवेत गारठा येऊ लागला होता. मर्क्युरी लॅम्पमुळं सारा परिसर झळाळून निघाला होता. पार्कमधल्या फुलांचा सुगंध दरवळत होता. वातावरण प्रसन्न झालं होतं; पण घरी जायचीही वेळ झाली होती.

हर्षद आणि अर्चना उठले आणि मुलांना घेऊन गाडीच्या दिशेनं चालू लागले.

ooo

अंतर

संगानाना कोर्टाची तारीख कधीही चुकवत नव्हते. अगदी येऊ नका म्हटलं, तरी ते तारखेला येत आणि तेही अगदी वेळेवर. पाऊस असू दे, किंवा कडक उन्हाळा, संगानाना येणारच. एकदा तर संप होता, सगळा जिल्हा बंद होता. रस्तेही अडवले होते; पण तरीही संगानाना दुपारी कोर्टात आलेच.

पण गेल्या तीन-चार तारखेला ते आले नव्हते. त्यांचा मोबाईलही बंद होता. म्हणून प्रथेप्रमाणं त्यांच्या घरच्या पत्त्यावर पत्र पाठवलं.

'तुम्ही तारखेला हजर राहत नाही. तुमचा फोनही बंद आहे. पत्र मिळताच ताबडतोब वकिलांशी संपर्क साधावा. न पेक्षा वकीलपत्र कमी करणेत येईल. नुकसानीला तुम्ही जबाबदार रहाल.'

आठ-दहा दिवसांनी त्यांचा मुलगा ऑफिसला सर्व जुनी कागदपत्रं घेऊन आला. मी विचारलं, "संगानाना कुठं आहेत?"

तर तो गप्पच झाला. मग खाली मान घालून म्हणाला, "बाबांना जाऊन अडीच महिने झाले."

मला धक्काच बसला. मी म्हटलं, "कसं काय? आजारी तर नव्हते."

तो म्हणाला, "बाबा अपघातात गेले."

संगानानांचा मुलगा दुबईला होता. लग्न झाल्यावर वर्षभरातच तो तिकडं गेला होता. पण जाताना आई-बाबांबरोबर तक्रार करून गेला होता. त्यानं बायकोचं ऐकून बराच त्रागा केला होता. तिथं गेल्यापासून तर फोन नाही, मेसेजही नाही. आई-बाबांची कोणती चौकशीही केली नाही. बोलणं तर कोणाशीच नाही. आईशी नाही आणि बाबांशीही नाही. बाबांच्या मृत्यूची बातमी कळताच तो आला होता.

संगानाना पीडब्ल्यूडीत नोकरीला होते. 'स्वच्छ चारित्र्याचा' म्हणून त्यांचा लौकिक होता. खात्यातला कोणताही अधिकारी त्यांना वचकून होता. त्यांची कामाची पद्धतच वेगळी होती. ओव्हरटाईम असो अगर रेग्यूलर, संगानाना नाही म्हणत नव्हते. पण दुर्दैवानं त्यांचा अपघात झाला.

आमच्या ऑफिसचं पत्र पाहून संगानानांचा मुलगा आला होता. जुन्या केसबरोबरच त्याला नुकसान भरपाईची नवीन केसही करायची होती. संगानानांच्या पश्चात त्यांच्या विमा, ठेवी आणि इतर काही रकमा यांबाबतही चर्चा करायची होती. येताना ट्रंकमधली, पिशवीमधली अशी सगळी जुनीपुराणी कागदपत्रं घेऊन तो आला होता.

माझ्यापुढं सर्व कागदपत्रं टाकून तो बाजूला खुर्चीवर बसला. मी कागदपत्रं तपासू लागलो. घरपट्टी, पाणीपट्टी भरलेल्या जुनाट पावत्या, लाईट बिलं, चावडीच्या पावत्या, शंकरला हातऊसने दिलेल्या शंभर रुपयांची जुनी चिट्ठी, अशी बरीच जुनीपुराणी कागदपत्रं होती. त्यात संगानानांच्या हस्ताक्षरातला एक कागद दिसला. तो मी सहजच वाचू लागलो. संगानानांनी त्यांच्याच मुलाला लिहिलेले ते पत्र होतं.

चिरंजीव गिरीश यास,

खूप शुभ आशीर्वाद!

मला तुला खूप सांगायचं आहे, भरपूर बोलायचं आहे, काही सूचनाही करायच्या आहेत. म्हणूनच हे पत्र.

प्रत्येक आई-वडील मुलांना सांगत राहतात. आमच्या वेळी असं नव्हतं, आम्ही इतके हाल काढले, आम्ही अमुक केलं, आम्ही तमुक केलं. मग ते सांगणं रोजचंच पालुपद होऊन जातं. 'रोज मरे त्याला कोण रडे' असं होऊन बसतं. अशी आपलीपण अवस्था व्हायला नको, त्यासाठी तुला याआधी कधीच सांगितलं नाही. म्हणूनच हे पत्र.

तू आता सज्ञान झालास. वंशाचा दिवा म्हण, वारसदार म्हण, मुलाकडून एका बापाच्या काय अपेक्षा असणार? आता तुझं लग्न झालंय. तुझी नवी जिंदगी सुरू झालीय. एक वेगळं झाड, त्याची वेगळी पाळंमुळं, तुझा नवा काळ. पण आमची नाळ आता पूर्ण तुटली. मात्र तू कितीही मोठा झालास, तरी आमच्यासाठी लेकरूच आहेस.

आमच्या आयुष्यात बराच काळ 'तुझ्या आयुष्यालाच' आम्ही आमचं जग मानलं

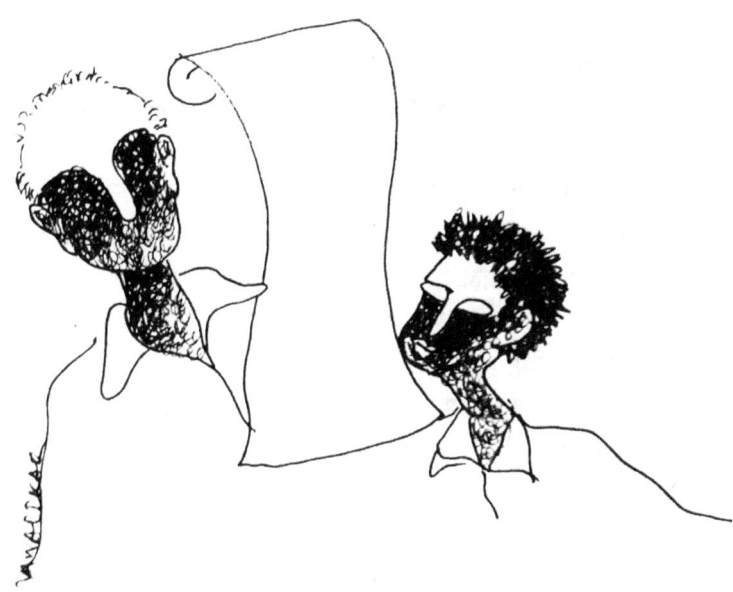

होतं. आता तुझं जग वेगळं झालं; पण त्यात आमच्या आवडीच्या गोष्टी नाहीत. तुझं आभाळ वेगळं, तुझा आनंद वेगळा, तुझं दुःखही निराळं. तुमची दुनियाच वेगळी. आमचं असं तिथं काहीच नाही. मग तिथं मनही रमत नाही. वाटतं, कशाला तुमच्या दुनियेत ढवळाढवळ करा? पण आयुष्यभर काटकसरीची सवय लावून घेतली होती, संसाराचे खाचखळगे पाहिले होते. ते टक्के-टोणपे पोराच्या वाट्याला येऊ नयेत ही काळजी होती. शिवाय पालकत्वाच्या अनुभवाची गरज वाया जाऊ नये असं वाटतं. काही अनुभवाच्या गोष्टी सांगाव्यात, पोराचं आयुष्य सुखकर व्हावं, म्हणून हे सल्ल्याचं पत्र.

आयुष्याच्या शेवटी आयुष्य डोळसपणे जगलास का? समृद्ध जीवन जगलास का? हे प्रश्न उद्भवतील असं शक्यतो वागू नकोस. बाहेर तुला जसं आयुष्य जगावंसं वाटतं, तशी माणसं भोवताली ठेव. तुझं आयुष्य कोणत्या गोष्टीसाठी असावं असं तुला वाटतं, त्या गोष्टी प्रथम कर. वेळ ही आयुष्यातली अतिशय मौल्यवान गोष्ट आहे, हे ध्यानात ठेव. पण त्याहीपेक्षा एक गोष्ट कायम स्मरणात ठेव. ती म्हणजे, 'स्वतःच्या आनंदापेक्षा कुटुंबातील इतरांच्या आनंदाचा विचार कर.' त्याबरोबरच आम्ही तुझ्यासाठी किती खस्ता खाल्ल्या हेही ध्यानात ठेव.

तुझी दहावीची परीक्षा होती. त्यातच तुला ताप आलेला होता. रात्रभर आम्ही जागे होतो. मी कपाळावर पाण्याच्या पट्ट्या ठेवत होतो आणि तुझी आई फ्रीजमधला बर्फ ठेवत होती. दुसऱ्या दिवशी तुला थोडं फ्रेश वाटलं. पेपर देऊन आल्यावर जग जिंकल्याचा आनंद वाटला. अशा कितीतरी गोष्टी आहेत. ऐकण्यातून, बोलण्यातून तुला त्या माहीत आहेत.

त्या तुझ्या पत्नीपर्यंत पोहोचव. तुझे आई-बाबा कसे आहेत, हे तिच्यापेक्षा तुला जास्त माहिती आहे. पण उद्या पत्नी काहीतरी सांगेल, त्यावेळी तू आमच्याशी गैरविश्वासानं वागू नकोस. तसं झालं, तर आमचं काळीज तुटल्याशिवाय राहणार नाही.

आणि हो, बाप म्हणून मुलांकडून काय अपेक्षा असणार बेटा? आम्हाला अंतर देऊ नकोस. आयुष्यभर कष्टानं ही जायदाद मिळवली. त्यामध्ये तूच वारस आहेस. त्याचप्रमाणं वारस म्हणून तुझ्या पत्नीलाही हक्क आहे. कष्टानं मिळवलेल्या मिळकतीमध्ये भागीदार आला, तर तिच्याकडून अपेक्षा नसणार का? असू नयेत का? याबाबत तुझी आणि तुझ्या पत्नीचीही समज वाढावी, हीच अपेक्षा.

तुम्ही दोघं आनंदी राहा आणि आपल्या कुटुंबाला आनंदी ठेवा. जीवनात तुम्हाला भरभरून यश मिळो.

तुझा बाबा...

पत्र वाचून संपलं. केसबाबत चर्चा करण्याऐवजी मी तो कागद गिरीशला दिला आणि वाच म्हणालो. त्यानं तो पूर्ण वाचला. थोडा वेळ असाच गेला. त्याचे डोळे भरून आले. तो म्हणाला,

"साहेब मला हे पत्र अगोदरच मिळालं असतं, तर कदाचित मी दुबईला गेलोच नसतो. घरावर पण ही वेळ आली नसती. आमच्यातल्या अंतरानंच घात केला. आई-बाबांशी मी फार क्रूरपणे वागलो.

ड्यूटीवरून परत आलो, की बायको तक्रारी सांगत राहिली. मी त्या खऱ्या मानून ऐकत राहिलो. आई-बापाबद्दल नको ते गैरसमज करून घेतले. एके दिवशी बायको म्हणाली,

'या घरात राहायलाच नको. आपण दुबईला जाऊ या. तिथं माझे वडील आहेत.' मग मी आई बापाला न सांगताच बायकोबरोबर दुबईला गेलो.

एकुलता एक मुलगा म्हणून आई-वडील मला किती जीव लावत होते. समजावून सांगत होते. पत्नीलाही लेकीप्रमाणंच संभाळत होते. पण मी मात्र आंधळा झालो होतो. अलीकडं तर मी त्यांच्याशी बोलणंही बंद केलं होतं. आई अध्येमध्ये फोन करायची. तिचं काळीज तुटायचं. बाबाही फोन करायचे. पण मी त्यांच्याशी तुटकपणे बोलायचो. आज मला खूप काम आहे म्हणायचो, फोन कट करायचो. त्यांनी मिळवलं ते माझ्यासाठी. खस्ता खाल्ल्या त्या माझ्यासाठी. जायदाद केली ती माझ्यासाठीच. पण मी त्यांच्यासाठी काहीच केलं नाही. साधं त्यांना समजून घेऊ शकलो नाही. आता काय उपयोग क्लेम करून तरी आणि जुनी केस चालवून तरी? निदान आई जिवंत आहे, तिला तरी व्यवस्थित सांभाळतो."

संगानानांच्या न पाठवलेल्या पत्रानं मुलाचे डोळे खाडकन उघडले. कागदपत्रं तशीच टाकून गिरीश डोळे पुसत निघून गेला.

०००

लग्न

सौरभला जॉब मिळून तीन वर्षं झाली होती. तो अमेरिकेत जाऊन पण आता दहा वर्षं झालेली होती. पहिल्यांदा शिक्षणासाठी आणि नंतर जॉबसाठी म्हणून न्यूयॉकमध्ये तो आता चांगलाच रमला होता. बाबांचा अधूनमधून फोन येतो.

'दोन ठिकाणी स्थळं बघून ठेवली आहेत. तू कधी येणार आहेस? एकतर लवकर येत नाहीस आणि आलास तर आठवड्यात लगेच परत जातोस.'

बाबांचं हे नेहमीचंच होतं. पण त्यांचंही चुकीचं नव्हतं. पोरगं अमेरिकेला, त्याला मोठ्या पॅकेजचा जॉब. मग त्याच तोलामोलाचं स्थळ हवं, ही त्यांची अपेक्षा रास्तच होती.

सौरभ विचारांच्या तंद्रीत होता. सोबत वर्गमित्र आणि जॉब पार्टनर सॅम्युअल होता. सायंकाळचे सहा वाजले होते. बाहेर बर्फ पडत होता, त्यामुळं हवेत गारवा होता. दोघंही चालत चालत व्हॅन कोर्टलँडच्या टर्मिनलजवळ आले. आर्किड गार्डनच्या बाकावर ते थोडा वेळ बसले. थंडीमुळं बोलताही येत नव्हतं. मग सौरभ उठला आणि सरळ रूमवर गेला. असं रोजच चालू होतं. जॉबवरून गार्डन आणि नंतर रूम. कधी पोटॅटो व्हेजेस खायचं, कधी पेस्ट्रीज खाऊन झोपायचं. तर कधी फक्त सँडविचवर भागवायचं. सौरभ विचार करतो की, 'लवकरच मॅरेज होईल. दोघंही न्यूयॉर्कला येऊ.

त्यावेळी ही जिंदगी संपून नवीन सुरू झालेली असेल.' असं स्वप्न रंगवत सौरभ झोपी जातो.

सौरभचे वडील बबनराव जुने मॅट्रिक होते. बबनराव पाटलांना दोन मुलं. एक सौरभ, न्यूयॉर्कमध्ये जॉब करतो आणि दुसरा गौरज, बेंगलोरला आयटीमध्ये आहे. चार एकर द्राक्षबाग, सहा एकर ऊस, दोन ट्रॅक्टर अशी संपत्ती. या सगळ्याच्या जीवावर आज दोन्ही मुलांना उच्च शिक्षण दिलं. सौरभ एमबीए झाला आणि गौरज एमएससी फिजिक्स झाला. आता एकच काळजी, की तोलामोलाचं स्थळ मिळालं पाहिजे. तशी दोन स्थळं बघितली आणि म्हणूनच बबनरावांनी सौरभला फोन केला,

"लवकर ये आणि येताना वेळ काढून ये."

सौरभनं रजेसाठी ॲप्लिकेशन केलं आणि जॉन्सन सरांना दिलं. एक महिना रजा मागितली; पण जॉन्सन सरांनी वीस दिवसांची रजा मंजूर केली.

बॅग आवरून सौरभ ५९ सबवे स्टेशनवर आला. तिथून रेल्वेनं साऊथवेस्ट एअरलाईनकडं आला. तिथं 'विमान प्रवाशांनी सिक्युरिटी चेकसाठी विंडो नं. १६ कडे प्रस्थान करावं' अशी अनाऊंसमेंट झाली. पाठोपाठ इंडिकेटरवर सिक्युरिटी चेकची अक्षरं झळकली. सौरभनं सॅम्युअल आणि पॉलला शेकहँड केला. ते हसत म्हणाले,

"डोन्ट कम अलोन." तसा सौरभनं त्यांचा निरोप घेतला.

'यावेळी मॅरेज फिक्स होणारच. बाबांनी दोन स्थळं बघितली आहेत. त्यातलं एकतरी फायनल होईलच.' असे विचार मनात येत असतानाच सौरभला गावाकडची आठवण आली. हायस्कूल, बिघ्याचा मळा, ट्रॅक्टरवरची गाणी, शेतातल्या खोपीमधली पार्टी, विहिरीच्या माचाडावरची उडी, ओढ्यावरचे मोर, लांडोर आणि जीवनात येणारी सहचारिणी. सौरभच्या अंगावर रोमांच आले. विमानात असल्याचं तो विसरूनच गेला.

गौरज आणि सौरभचा मित्र सौरभला न्यायला आलेले होते. ते मुंबई विमानतळावर येऊन सौरभची वाट पाहात बसले होते. सायंकाळी ४.३० वाजता सौरभ विमानातून उतरला. इनोव्हातून घरी येताना तिघांच्याही गप्पांना ऊत आलेला होता. 'उद्या सर्वजण कर्जतला जाणार आहोत. यावेळी मात्र सुट्टी नाही. कारण बाबांनी खूपच मनावर घेतलंय. मुलगी पण शिकलेली आहे. बीएससी आहे, दिसायला सुंदर आहे.' अशी चर्चा सुरू होती.

ठरल्याप्रमाणे दुसऱ्या दिवशी सर्वजण कर्जतला गेले. जाधवांच्या घरी अगोदरच निरोप दिलेला होता. मुलाकडून १५ माणसं येत आहोत, म्हणून सांगितलं होतं.

ओटी भरणाचा कार्यक्रम घेतला नाही. कारण दोन्ही घराणी सुशिक्षित होती.

त्यामुळं त्यांनी जुन्या प्रथांना बगल दिली होती. बघण्याचा कार्यक्रम साधेपणानं झाला. कारण सौरभला या गोष्टी पसंत नव्हत्या. कार्यक्रम पार पडला. मुलाला मुलगी पसंत पडली आणि मुलीला मुलगा पसंत पडला. एवढ्यात बबनरावांचे जुने पाहुणे आले. ते मूळचे धनगावचेच होते; पण आता कर्जतला स्थायिक झाले होते. ते बबनरावांना म्हणाले,

"नमस्कार! नमस्कार! निदान आम्हाला सांगायचं तरी कर्जतला येणार आहे म्हणून."

"अहो सौरभला जास्त दिवस रजा मिळाली नाही. सगळीच गडबड होती. त्यात विसरलो. पण बरं झालं, तुम्ही योगायोगानं मोक्यालाच आलात." बबनरावांनी त्यांना उत्तर दिलं.

सौरभ आणि राजश्री आतल्या खोलीत गप्पा मारत होते. बरोबर मित्र-मैत्रिणीही होत्या. त्यांचा गलका बाहेर ऐकायला येत होता. बाहेर सरबत आणि पोहे झाले. बैठक बसली, त्याला अर्धा एक तास झाला.

धनगावचे पाहुणे आणि बबनराव घराबाहेर गेले. ५-१० मिनिटं कुजबुज झाली आणि ते परत आले. मग पुन्हा एकदा चहा झाला. बबनरावांनी 'दोन दिवसात निरोप देतो', म्हणून सांगितलं. तशी बैठक संपली.

आठ दिवस होऊन गेले, तरी बाबांनी निरोप दिला नव्हता. सौरभ अस्वस्थ झाला होता. तो गौरजला विचारत होता की, "काय झालं निरोपाचं?"

गौरज म्हणाला, "मीच तुला विचारणार होतो."

दोन-तीन दिवस तसेच गेले. बाबांनी सौरभला बोलावून घेतलं आणि म्हणाले, "उद्या बलारपूरला जायचं आहे. राजाराम मानेचा निरोप आहे. मी कुंडली बघून येतो."

सौरभ म्हणाला, "पण कर्जतचं काय झालं?"

बाबा म्हणाले, "संध्याकाळी बोलू."

सौरभला आता संतापच यायला लागला होता. कशामुळं लग्न ठरत नव्हतं, ते कळायला मार्गच नव्हता. तीन वर्षं हा खेळ चालू आहे. सगळ्या गोष्टी चांगल्या असूनही लग्न ठरत नव्हतं. आतापर्यंत १५-२० स्थळं पाहिली. पण कधी इकडून, तर कधी त्यांच्याकडून नकार येतच होता.

'हिंगनघाटच्या वसपेठमधल्या देशमुखांनी नकार देण्याचं कारण काय? बाबांना आज संध्याकाळी सगळं खुलेपणानं विचारू' असा सौरभ विचार करत होता. एवढ्यात आईनं जेवायला हाक मारली. मग आई, सौरभ, गौरज, बाबा आणि आज्जी असे सर्वजण जेवायला बसले.

गौरजनंच विषय काढला. तो म्हणाला, "कर्जतच्या स्थळाचं काय झालं बाबा?"

त्यावर बाबा म्हणाले, "हे बघा, ते स्थळ डावलण्यासारखं नाही. मुलगी सुशिक्षित आहे, देखणी आहे; पण त्यांचा आणि आपला पदर जुळत नाही."

सौरभनं विचारलं, "पदर म्हणजे काय?"

बाबा म्हणाले, "ते तुला आताच नाही समजायचं. तुझ्या पोरांच्या लग्नाच्यावेळी समजेल. अरे, लग्न ही काय खायची गोष्ट आहे का? सगळ्या आयुष्याचा प्रश्न असतो. आता हे बघ."

असं म्हणून त्यांनी सौरभच्या हातात एक कागद दिला आणि म्हणाले, "खामगावच्या स्थळाची पण कुंडली जमत नाही. आपण ९६ कुळी आहोत. एकदा बट्टा लागला की लागला. मग एवढं ऐश्वर्य मिळवून काय उपयोग? नाटेगावच्या देसायांचं स्थळ चांगलं होतं; पण तेही आपल्यापेक्षा खालचे आहेत. पुसदच्या पाटलांचं स्थळ एक नंबर. पण ते रयताव पाटील होते. पणुंब्रेच्या मोरेंचं पण स्थळ चांगलं होतं; पण ते तर मूळचे कुठल्यातरी वाडीचे होते. वसपेठचं जवळजवळ फायनल झालं असतं; पण त्यांच्याकडून निरोप आला, की ते आपल्याला त्यांच्या बरोबरीचे मानत नाहीत. खेडच्या कणसेचं पण चांगलं होतं; पण कुंडलीत गुणच जुळेनात. चार ठिकाणी पत्रिका काढली. निंबाळकरांचं स्थळही चांगलं होतं. तेवढ्यात कळलं, की त्यांच्या मुलाला केलेली मुलगी कमीतली आहे. तसंच कामतेच्या इंगळेंच्या बाबतीत. त्यांच्या मुलीची चुलती कुठल्यातरी वाडीची आहे."

सौरभचं डोकं भणभणू लागलं. तो मधेच म्हणाला, "शिक्षण आणि कर्तृत्वाला काही महत्त्व आहे की नाही?"

बाबा म्हणाले, "आहे की. पण त्यापेक्षा या गोष्टी महत्त्वाच्या आहेत."

सौरभ म्हणाला, "आपला मराठा एकच समाज ना बाबा?"

बाबा म्हणाले, "हो. पण त्यातपण पोटप्रकार आहेत. तेच म्हटलं, की तुला हे समजायला बरीच वर्षं जावी लागतील."

सौरभची रजा संपली. लग्न ठरलंच नाही. ठरण्याची आशाही नव्हती. उदास होऊन साडेबाराच्या फ्लाईटनं सौरभ न्यूयॉर्कला गेला.

आता सौरभचं जॉबवर लक्ष लागेना. कसातरी दिवस ढकलत होता. एक दिवस ऑफिस सुटल्यावर तो डॅकीन डोमच्या कॅफे हाऊसमध्ये आला. त्याच्यासोबत सॅम्युअल होता. पॉल आणि जेन मागून आले. त्यांना उत्सुकता होती, की काय झालं?

"नो एनी प्रोग्रेस." सौरभनं फक्त मान हलवली. सगळ्यांचा मूड ऑफ झाला.

सूर्य बुडाला होता. गार वारा सुटला होता. कावीळ झाल्यागत वातावरण झालेलं

होतं. पहिल्यांदाच त्यानं सिगार मागवली. सौरभला आठवलं, की भारतातून निघताना आज्जी म्हणाली होती,

"आपले संस्कार विसरू नको. आपली संस्कृती विसरू नको."

सौरभनं कधी मद्याला हात लावला नाही, की कधी सिगारेट ओढली नाही. पॉल आणि सॅम्युअल त्याला ड्रिंकसाठी आग्रह करत. कधी सिगारेटसाठी आग्रही होत. पण सौरभनं या गोष्टींना हातही लावला नाही. एवढंच काय, तर ऑफिसमधली रोडा इंटरेस्ट दाखवत होती. पण त्यानं तिला स्पष्ट सांगितलं,

"आय ॲम नॉट इंटरेस्टेड इन यू. मी माझ्या समाजातील मुलीशीच लग्न करणार आहे. माझ्या घरचे तसे संस्कार आहेत."

पण आज तीन वर्षं झाली होती. दर चार महिन्याला भारतात जातोय; पण मोकळ्या हातांनी परत येतोय. यावेळी तर बाबांनी जे सांगितलं, ते धक्कादायकच आहे सगळं. याच गोष्टी महत्त्वाच्या असतील, तर शिक्षणाचा उपयोग काय? कर्तृत्व कशावर मोजायचं? आयुष्याच्या इतिकर्तव्याचं मूल्यमापन काय? एकाच समाजात एवढी भेदाभेद? ही कसली मानसिकता? कधी बदलणार आपला समाज?

त्याच्या डोळ्यापुढं अंधारी आली. त्याला क्षणभर वाटलं, इथंच रोडाबरोबर लग्न करावं. मॅनहॅटनमध्ये फ्लॅट आहेच. तिथंच संसार थाटावा. पण लगेच आज्जीची, आई-बाबांची आठवण आली. त्यांचे संस्कार, बाबांचं उर फाटेस्तोवर आपल्यासाठी पळणं आठवलं.

त्यानं आणखी एक सिगार मागवली. डोळे तांबरलेले, चेहरा तर्रर झालेला. तो पॉलला म्हणाला,

"यार सॅम्युअलला बोलवून घे. आपण पार्क व्हेंडमध्ये जाऊया. आज मी ड्रिंक घेणार आहे."

पॉल आणि जेन सौरभकडं विस्फारलेल्या नजरेनं बघतच राहिले.

ooo

छंद

कॉलेजमध्ये चंदू हुशार होता, तसा तो खेळातही तरबेज होता. कँम्पसमध्ये चंदू कविता करायचा, गॅदरिंगला संगीत गायचा, कार्यक्रमाचं सूत्रसंचालन करायचा, सीआरसाठी उमेदवारी अर्ज भरायचा. चुणचुणीत, जेंटल यंगस्टर अशीच त्याची ख्याती होती.

बीईनंतर तो एमई करणार होता. पण वडिलांचा अपघात झाला. त्यामुळं घरचा कारभार त्याच्यावर पडला आणि त्याला कॉलेज सोडावं लागलं. नंतर तो वडिलांच्या ठिकाणी रुजू झाला. अतिशय नेटकं अ‍ॅडमिनिस्ट्रेशन करायचा. तो कंपनीसाठी रात्रीसुद्धा राबायचा. पण तिथं तो फार काळ रमला नाही. चंदूनं ती सर्व्हिस सोडली आणि स्वतःचा बिझनेस सुरू केला. तो बिझनेस जोमात आणला. वर्षभरातच चार कामगार, एक स्टेनो नेमावी लागली. दिवसरात्र एकच काम, पैसा!

तीन हजार स्क्वेअर फूटचा बंगला झाला, दारात आय-ट्वेंटी गाडी आली. चंदूला दोन गोंडस मुलं झाली. त्याची पत्नी शिकलेली होती. तीन-चार वर्षांत तो पूर्ण सेटल झाला. त्याला काहीच कमी नव्हतं. दिवस असेच जात होते आणि एकाएकी चंदू दारू पिऊ लागला.

"मद्यपान का करतोस?" असं विचारलं की म्हणायचा,

"मला काय हवं आहे तेच समजेना."

तो स्वत:च्याच तंद्रीत असायचा. कुणाशी बोलायचा नाही, कुठं फिरायला जायचा नाही. कुठल्या कार्यक्रमालाही जायचा नाही.

"कशातच जीव रमत नाही. सारखं अस्वस्थ वाटतं. रात्री झोपताना वाटतं, आपण काय मिळवलं? जे मिळवलं, फक्त तेवढंच नको होतं. दुसरंपण काहीतरी हवं होतं."

"मग जे हवं आहे ते नेमकं काय आहे? आतला आवाज नेहमी म्हणतोय, मला काहीतरी चांगलं हवं आहे. वेगळं हवं आहे. लोटून द्यावं, कोसळून पडावं, वेडं व्हावं, असं काहीतरी हवं आहे. तसं हाताशी लागावं. पण ते लागत नाही. आता जी धडपड चाललीय, ती उपजीविका चालू आहे. ती उप आहे. मुख्य नाही."

"मग मुख्य काय आहे? जीवनाची इतिकर्तव्यता कशात आहे? मुलं, पत्नी आणि संसार तर सगळेच करतात. मला सर्वांपेक्षा वेगळं बनायचं होतं. अगदी जगापेक्षा वेगळं. पार लौकिकातून पुढं जाणारं, असं काहीतरी!"

"पूर्वी समरसून जगायचो. आता ते होतच नाही. कॉलेजमध्ये गॅदरिंग असायचं. आठ-आठ दिवस नियोजन करण्यात जायचे. दिवसभर उपाशी, रानभैर हुंदडायचं. गावी जत्रा असायची, तेव्हा दिवसभर पळायचं. कधी पाव-भजी खाऊन, तर कधी फक्त पाणी पिऊन. अंगावरच्या गुलालाची गुलाबी झिंग होती. घामातून ओघळतेला उत्साह होता. गाववाल्यांच्या नजरेतून वाहणारा ऊर्जेचा झरा होता. तेव्हा सारा गाव माझ्याभोवती फिरतोय असं वाटायचं. झाडाचं पानसुद्धा हलताना माझ्या आदेशाची वाट बघतंय, कुस्तीच्या मैदानात चालताना कापसातून चालतोय असं वाटायचं. गेले ते दिवस! आता जत्रा येत राहतात. मी तटस्थपणे पाहात राहतो. पूर्वीचा वेडेपणा आठवतो. त्यावेळी कोण पळ म्हणत होतं? तर आतली ऊर्मी! कोण उपाशी ठेवत होतं? तर आतला आवाज! आता तो कुठं आहे? असं का होतंय?"

चंदू फारच अस्वस्थ झाला. आतडं पिळवटून निघायला लागलं. तो उठला आणि ब्रँडी हाऊसमध्ये गेला. तिथं फिलीपाईन राइस वाइनची एक क्वार्टर मारली, मग थोडा शांत झाला. पुन्हा तो कट्ट्यावर येऊन बसला आणि तिथंच कलंडला. येणारी-जाणारी माणसं तुच्छतेनं बघत होती. 'चांगला होता, वाया गेला. सोन्यासारखी बायको, दोन गोंडस मुलं, दोन मजली बंगला, दोन प्लॉट होते. गावाकडं दहा-बारा एकर बागायतही होती. कशाचं टेन्शन होतं? पण दारूच्या आहारी गेला आणि बादच झाला.'

चार वाजलेले असतात. उन्हं कललेली असतात. चंदूला भूक लागते, पोटात प्रचंड आग उठल्यासारखी होते. तो उठतो आणि घरी जातो. बायको त्याच्याकडं रागानं बघते. आदळआपट करत जेवायला देते. तो पोटात अन्न ढकलतो, पाणी पितो आणि पुन्हा बाहेर जायला निघतो. बायको ओरडते,

"कुठं निघाला आता? एकदा ढोसलीय तेवढी बास की. पडा आता इथंच." चंदू तिच्याकडं पाहतो.

'थकली बिचारी. दोन पोरांचं करता करता म्हातारी दिसायला लागली. कधी कुरकुर नाही, की कधी त्रागा नाही. शांतपणे जगत आली. वाट्याला आलं ते तिनं पवित्र मानलं. समोरचं काम मनापासून करत आली. कुठलंच काम वर्ज्य मानलं नाही. आपल्याला मात्र हे जमलंच नाही. कामात मन लावणं जमलंच नाही. समोर असणारं काम कोरडेपणानं केलं. नेहमी वाटायचं, हातून काहीतरी निसटतंय, आपण वेळ वाया घालवतोय. या कामात इंट्रेस्ट नाही. मारून मुटकून काम करतोय. परिस्थितीनं असाहाय्य बनवलं. घरची वडिलोपार्जित इस्टेट असती, तर हे काम कधीच सोडलं असतं. दुसरंच आवडीचं काहीतरी करत राहिलो असतो. ते आवडीचं काय होतं?'

चंदू पुन्हा अस्वस्थ होतो. आपल्याला नेमकं काय हवं आहे, हा प्रश्न त्याला पोखरतो. स्वच्छ चादरीखाली सापाचं पिल्लू वळवळत रहावं तसा तो प्रश्न वळवळत राहतो.

तो श्रेयाला जवळ बोलवतो आणि म्हणतो, "मला खरंच कळत नाही की मला काय होतंय? ही जीवघेणी रखरख, मनात वाळवंट, तप्त लाव्हारस, उजाड झालेलं मन, विचारभग्न अवशेष, विषण्णता... कशातच मन रमत नाही. मी काय करू श्रेया? माझं तुझ्यावर उत्कट प्रेम आहे. पण तू मला एका विशिष्ट पातळीवर मदत करणारी हवी आहेस. तिथपर्यंत तू पोहोचतच नाहीस. तू प्रामाणिक आहेस, माझ्यावर प्रेम करतेस; पण मला ज्या पातळीवर तुझी मदत हवी आहे, तिथपर्यंत तू पोहोचतच नाहीस आणि मी खाली येऊ शकत नाही. तो माझा पिंड नाही. त्या पातळीवर मला मदत करणारं कोणीच नाही. मी एकटा आहे. हे एकटेपण मला नेहमी खायला उठतंय. तुझी मर्यादा मला समजते. तो दोष तुझा नाही. पण तरी प्रश्न पडतो, की मी काय करू? मला काय हवं ते कुठं शोधू?

आत्तापर्यंत उमेदीची इतकी वर्षं घालवली; पण वयाच्या निम्म्या टप्प्यावर समजलं, की जेवढं मिळालं फक्त तेवढंच आपणास नको होतं. आणखी काहीतरी हवं होतं. त्यामुळं जे मिळालं त्यात समाधान नाही. मन रितंच राहिलं. काठोकाठ भरून येत नाही, सूर सापडत नाही. आता सापडून तरी उपयोग होईल का? आत्ता गात्रं थंड होत चालली. पळण्याचे दिवस संपले. तरीपण मनाची तगमग कमी होत नाही.

मी आयुष्याच्या अशा टप्प्यावर आहे, जिथं पैसा, प्रतिष्ठा, पद याबद्दलचं आकर्षण लयाला गेलं आहे. आंतरिक समाधान नाही. आता शांती, समाधान हवं आहे. ते कुठंच मिळेना. बाहेर संपत्ती आणि ऐश्वर्य ओसंडून वाहतं आहे. आत मात्र कोरडं ठणठणीत."

चंदू पार व्याकूळ होतो. वेदनेनं ठिबकणारा चेहरा घेऊन तो बाहेर पडतो. बायको

काहीतरी वटवटत असते; पण ते चंदूपर्यंत पोहोचतही नाही.

त्याला रात्री झोपही लागत नाही. चित्रविचित्र आकार त्याच्या डोळ्यापुढून सरकतात. तो ग्लानीतच भटकतोय. असबंद्ध विचार येतात. तो कधी स्टेजवर भाषण देतोय. कधी पुस्तक लिहितोय. कधी डान्स करतोय, तर घोडा बनून आभाळात पळतोय. ओढ्यातला खेकडा मोठा होतोय. हत्ती एवढा होतोय. पांघरून फाटतंय. बंगल्याचा रंग आपोआप बदलतोय. शेजारी कुणी तरी ओकतंय. घरातली भांडी विस्कटतात. अंधारातच वेगवेगळे रंग विस्तारतात. निरनिराळे आकार... निरनिराळे आवाज...

तो कूस बदलतो आणि पुन्हा तंद्रीत हरवून जातो. खूप धावपळ केली, बक्कळ पैसा मिळवला. दोन-तीन ठिकाणी फ्लॅट केले. मोठं घर आहे, दोन मुलं आहेत. काहीही कमी नाही. आता पैसा मिळवणं नको वाटतं. कुणी प्रतिष्ठा दिली, तर आत पोहोचतच नाही. बाहेरून ओसंडून वाहणं, आत मात्र जळून खाक झालेलं लाकूड! त्यावर कशाचाच असर होत नाही.

"आपल्याला नेमकं काय करायचं होतं? काय बनायचं होतं? कुठं जायचं होतं? काहीच समजत नाही. एक मात्र नक्की, आता जे मिळवलं तेवढंच नको होतं. आणखी दुसरं काहीतरी हवं होतं. वाटलं की आपण त्याच मार्गानं पळतोय. आपल्याला जे हवंय ते आत्ता भेटणार. आपले कष्ट वाया जाणार नाहीत."

उगीचच नाही पळालो, रात्रंदिवस अभ्यास केला, बीईची पदवी मिळवली. नंतर सर्व्हीस केली, मग पुन्हा बिझनेस केला. कामाची रखरख होती. त्याला रक्ताचे थेंब आठवले. यश मिळवण्यासाठी काय काय नाही केलं! पण यश मिळालं का? जे मिळालं त्याला यश म्हणायचं का?

दिवस असेच जात होते. चंदू खंगतच चालला होता. दोन-तीन वर्षं अशीच गेली असतील. अशाच एका कातरवेळी चंदू मला भेटायला आला. वाढलेली दाढी, आत गेलेले डोळे, बसलेली गालफाडं, मळलेले कपडे अशा अवतारातला हा माणूस कधीकाळी बीई झालेला राजबिंडा युवक होता, यावर कोणाचा विश्वास बसणार नाही. त्याला बघून मला भरून आलं.

"ये चंदू, बस. कसा आहेस?"

वर न बघता तो म्हणाला, "ठीकच म्हणायचं."

आमच्या इकडच्या तिकडच्या गप्पा झाल्या. थोड्या वेळानं तो खुला झाला आणि बोलू लागला. घरची स्थिती, मुलं, त्यांचं शिक्षण, पत्नीची तब्येत, एलआयसी, पीपीएफ, रिफंड वगैरे आणि वाढलेलं ड्रिंक याबद्दल तो बोलला. मग मीच विषय काढला.

"चंदू किती केलं, तरी तू माझा क्लासमेट, जिगरी दोस्त. मला माहितीय तुला काय होतंय ते. तू व्यावसायिक ध्येय गाठलंस. कारण त्यात एक सुरक्षितता असते. पण जीवन सामावून घेण्याची त्यात कुवत नसते. 'जीवितध्येय' मात्र खूप व्यापक असतं. जीवनाला अर्थपूर्णता देण्याची त्यात शक्ती असते. पण त्यासाठी सुरक्षिततेवर पाणी सोडण्याचं मानसिक धैर्य असावं लागतं. त्यासाठी वाट्टेल त्याची किंमत मोजण्याची तयारी ठेवावी लागते. जीविका आणि उपजीविका यापैकी एकाचीच निवड करावी लागते. व्यावसायिक ध्येय आणि जीवितध्येय एकच असणारे फार थोडे लोक असतात. त्यांना जीवनाचा सूर गवसतो, त्यांचं लाईफ बनतं. ते आनंदानं गुजराण करतात. पण त्यांनी किंमतही तशी मोजलेली असते. आपण मात्र हातही आभाळाला टेकले पाहिजेत आणि पायसुद्धा भुईला टेकले पाहिजेत, या अवस्थेत राहतो. व्यवसाय पण हवा आणि आवडीचं कामपण हवं. पैसा पण हवा आणि आनंद देणारा छंद पण हवा. तुझी ओढाताण त्यामुळं आहे. तुझ्याकडं ऐहिक सुख भरपूर आहे. मात्र जे नाही, त्यासाठीच तू तळमळतोयस."

चंदू शांतपणे ऐकून घेत होता. मी पुढं बोलू लागलो,

"आहे ते जप चंदू. बायका-मुलांवर मनापासून प्रेम कर. स्वतःवर प्रेम करायला शिक. परिपूर्णतेचा अट्टाहास सोडून दे. त्यामागचं वास्तव लक्षात घे. स्वतःला दोष देत बसू नकोस. तुझ्यातलं टॅलेंट संपलं नाही. आपण कॉलेजला होतो. तू कविता करायचास. कुठं गेल्या त्या कविता? का एखादं पुस्तक काढलं नाहीस? का आवडीचा छंद जोपासत नाहीस? का आवडीचं सामाजिक काम करत नाहीस? तुला आनंद घेण्यापासून कोणी अडवलंय? कुणीही नाही चंदू. तूच तुझा स्पीडब्रेकर बनला आहेस."

असाच थोडावेळ शांततेत गेला. कुणीच काही बोलत नव्हतं. लख्ख प्रकाश पडल्यासारखा तो उठला आणि मला मिठीच मारली. चंदू हमसून हमसून रडला. 'थँक यू' म्हणून पाठमोरा झाला आणि झटकन निघूनच गेला.

दोन वर्षं अशीच गेली. चंदूची भेट नाही, तो काय करतोय तेही कळलं नाही. दारू सोडली का? व्यवसाय वाढवला का? असं काहीच समजलं नव्हतं. तो कुठं असतो हेसुद्धा माहीत नव्हतं.

अचानक एके दिवशी चंदूनं मला निमंत्रण पाठवलं. 'कार्यक्रमाला यायलाच पाहिजे' असा त्यानं आग्रह केला. निमंत्रण तोंडी होतं. कसला कार्यक्रम असेल? याची मला उत्सुकता लागली. बघू या तरी काय कार्यक्रम आहे! मी काही वर्गमित्रांना निरोप दिला, की 'आपल्याला चंदूला भेटायला जायचं आहे.' मी काही मित्रांसह चंदूला भेटायला निघालो.

दीड-दोन तासांचा रस्ता होता. गाडीत चंदूचीच चर्चा चालू होती. कोणीतरी म्हणालं, "चंदूनं जॉब सोडला. बिझनेसमधूनही निवृत्ती घेतलीय. त्याचा बिझनेस त्याची पत्नी पाहते. वाचन आणि लेखन हे त्याचे आवडीचे विषय आहेत. त्यातच तो मग्न असतो. अलीकडं त्यानं लिहिलेल्या पुस्तकातून त्याला भरपूर कमाई झाली आहे. कवितेला कोण विचारतो? पण चंदूची कविता म्हटलं की वाचक तुटून पडतात."

आम्ही कार्यक्रमाच्या ठिकाणी आलो. अर्णव हॉल खचाखच भरलेला होता. आम्हाला तिसऱ्या रांगेत जागा मिळाली. प्रमुख पाहुणे यायला अजून थोडा अवकाश होता. कविता जगताला हादरवून सोडणाऱ्या कवितासंग्रहाचं प्रकाशन होतं. 'मी वाट शोधत होतो' नावाच्या कवितासंग्रहाची ही नववी आवृत्ती होती. या अगोदरच्या आवृत्त्या प्रकाशनापूर्वीच संपल्या होत्या. कवी होते, माननीय चंद्रकांतजी कणसे-पवार उर्फ चंदू.

ते भव्य, झळाळतं दृश्य पाहून आम्हा क्लासमेट्सचे डोळे विस्फारले. चंदूला जीवनाचा सूर सापडला. त्या सुराचं त्यानं सोनं केलं. त्याचं नवं ऐश्वर्य बघून आमच्या आश्चर्याला सीमा राहिली नाही. आम्ही ते दृश्य पाहातच राहिलो.

०००

कोर्टकचेरी

केबिनचा दरवाजा उघडून मधुकाका आत आले. त्यांनी कागदपत्रांची फाइल टेबलवर ठेवली आणि म्हणाले,

"सगळ्या जमिनीवर स्टे लावायचा आहे. आणखी कोणती कागदपत्रं पाहिजेत? किती खर्च येईल? किती दिवसात स्टे मिळेल?"

मी सगळी कागदपत्रं पाहिली, सातबारा पाहिला. मधुकाका आणि त्यांचे भाऊ समाईकात होते. त्यामुळं सहहिस्सेदाराला स्टे बसणार नव्हता. सातबारावर मधुकाका आणि सर्व भाऊ समाईकातच असल्यामुळं तसा अर्जही करता येणार नव्हता. मधुकाका आणि इतर भावांच्यात वाटपच झालं नव्हतं. एकंदरीतच मधुकाकांच्या केसमध्ये मेरिट नव्हतं. त्यामुळं मी मधुकाकांची समजूत काढली,

"मधुकाका, आपण स्टेसाठी प्रयत्न केला तरी फारसा उपयोग होणार नाही. फार तर आपण वाटणीकरता दावा करू."

मधुकाका म्हणाले, "वाटणीपत्र काय कधीही करता येईल. मला स्टे हवा आहे. दोन्ही भावांना हिसका दाखवायचा आहे. तुमच्याकडं त्यासाठी आलो होतो. वाटणीपत्राकरता नाही. फार तर तुम्ही दोन दिवस अभ्यास करा. मी दोन दिवसांनी परत येतो." कागदपत्रं ठेवून मधुकाका निघून गेले.

मधुकाका आणि त्यांच्या भावांमध्ये गेली सहा-सात वर्षं वाद आहे. भांडणाचं मूळ सापडत नव्हतं. तंटामुक्ती झाली, मध्यस्थी झाली. गावच्या सरपंचांनीही भाग घेतला; पण तंटा मिटत नव्हता. मधुकाकांचे मधले बंधू नंदू. ते कशीही वाटणी द्यायला तयार होते. सर्वात धाकला आनंदा तर मुंबईला सर्व्हिसला होता. तो म्हणत होता, 'तुमचं वाटप करून जे उरेल ते मला द्या.' पण तरीही मधुकाका ऐकण्यास तयार नव्हते.

मधुकाका शेती करत होते. पण ते नेहमी तहसील ऑफिसला येत असत. कधी कधी कोर्टातही येत असत. काम असो अथवा नसो, ते तालुक्याला नेहमी येत. पंधरा वर्षांपूर्वी त्यांची रस्त्याची केस होती. ती केस दहा वर्षं चालली. शेवटी मधुकाका हरले, कारण त्यांनीच रस्ता अडवला होता. तो रस्ता खुला करण्याकरता ऑर्डर झाली. त्यावेळी मधुकाकांना कोर्टानं सांगितलं, "रस्ता अडवू नका. कारण तो तुमच्या जन्माच्या अगोदरपासूनचा आहे."

पण मधुकाका ऐकत नव्हते. मग वकिलांनी समजावलं, तर मधुकाकांनी वकीलच बदलले. मग नवीन वकिलांनी अपील केलं. ते अपील तीन वर्षं चाललं. ते अपीलही कोर्टानं फेटाळलं. मग मधुकाका शांत झाले; पण मधुकाकांना कोर्टाचा नादच लागला.

एकदा शेजारच्या नामदेवनं बांधकाम काढलं. नामदेव जुनं घर पाडून नवीन बांधत होता. पण मधुकाका आडवे पडले आणि त्याच्यावर केस केली. का, तर म्हणे तो एक फूट आत आला होता. त्यावेळी नंदू आणि आनंदा दोघंही मधुकाकांना समजावत होते, की नको कोर्टकचेरी खेळायला. पण मधुकाकांनी ऐकलं नाही आणि केस केलीच. ती केस पाच वर्षं चालली. त्यातही मधुकाका हरले.

मधुकाका म्हणजे पांढरी शुभ्र विजार, तसाच शर्ट, कपाळावर कायम गंध, हातात कागदाची पिशवी, लाघवी बोलणं, तोंडात रंगीत पान आणि जवळपास कोर्टात रोज हजेरी. गावातला कोणी दिसला, की मधुकाका त्याला गाठत. 'स्टे कसा घ्यायचा, तारीख कशी घ्यायची, कोर्टापुढं कसं उभं राहायचं', याबाबात मधुकाका त्यांना मार्गदर्शन करत.

मधुकाकांची सहा एकर जमीन पडीक पडली होती. एक पोरगा डेअरीत कामाला जात होता, तर दुसरा एका टेम्पोवर ड्रायव्हरचं काम करत होता. दोन्ही मुलांचं आणि मधुकाकांचं पटत नव्हतं. असे हे मधुकाका!

दोन दिवसांनी पुन्हा मधुकाका ऑफिसला आले आणि मला म्हणाले, "केला का अभ्यास?"

मी म्हणालो, "होय काका, केला अभ्यास. सगळी कागदपत्रं पाहिली. पण समाईक मिळकतीमध्ये एक भाऊ दुसऱ्या भावावर स्टे आणू शकत नाही. यापेक्षा वेगळा कायदा

मला तरी सापडला नाही."

मधुकाका पाच-दहा मिनिटं बसले आणि मग म्हणाले, "ठीक आहे. द्या ती कागदपत्रं."

मी त्यांना कागदपत्रं परत केली आणि मधुकाका निघून गेले.

अंदाजे दोन आठवडे गेले असतील. मधुकाका पुन्हा कोर्टात दिसू लागले. मात्र त्यांनी माझ्याकडं बघूनही दुर्लक्ष केलं. त्यांचा माझ्याकडून अपेक्षाभंग झाला असावा. मीही समजून गेलो. दोन-तीन महिने असेच गेले.

पुन्हा एके दिवशी मधुकाका ऑफिसला आले. कागदपत्रांची फाईल माझ्यापुढं ठेवली आणि म्हणाले, "बघा. तुम्ही नाही म्हणालात; पण मी केस दाखल केली. काही दिवसांनी स्टेपण मिळेल. तसं आमच्या वकिलांनी सांगितलं आहे. तुम्ही जवळचे म्हणून आलो होतो. पण तुम्ही माझी निराशा केली."

असं बोलून मधुकाका निघून गेले. ते बरेच दुखावले होते. यात माझं काय चुकलं? त्याचा मी विचार करत होतो. माझ्याकडून कागदपत्रं घेऊन केस दाखल केली, ते दुसरे वकील म्हणजे पूर्वीचे माझे सिनियर होते. एक दोन आठवडे गेले. मी सिनियर वकीलसाहेबांची गाठ घ्यायचं ठरवलं. कारण मला खूप उत्सुकता होती. केस दाखल झाल्यानंतर मधुकाका पण खूश दिसत होते. मात्र मला शंका होती, की कधी ना कधी त्यांना स्टे मिळत नाही हे कळणार. त्यावेळी काय? म्हणून मी सिनियर साहेबांचेबरोबर चर्चा करायचं ठरवलं होतं.

एके दिवशी मी सिनियर वकीलसाहेबांची गाठ घेतली. इकडच्या तिकडच्या गप्पा झाल्या. मी म्हणालो, "मधुकाकांच्या केस मध्ये रिस्क आहे असं वाटत नाही का सर?"

सिनियर म्हणाले, "शून्य रिस्क. अशा पक्षकारांच्या बाबतीत अजिबात रिस्क नसते."

मी म्हटलं, "कसं काय?"

त्यावर ते सांगू लागले, "काही पक्षकारांना कोर्ट-कचेऱ्यांचा नाद असतो. त्यांना सतत असं वाटत असतं, की जग आपल्यावर अन्याय करतं आहे. आपण किती सत्यानं वागतोय; पण पुढचा तसा वागत नाही. मग कोर्टाशिवाय पर्याय नाही. त्यामुळं ते सतत कोर्टाची पायरी चढत राहतात. अशा पक्षकारांना, 'रेडा दूध देत नाही', असं सांगून चालत नाही. म्हशीला भाकरीतून औषध चारतात, तशी यांना वेगळी ट्रीटमेंट द्यावी लागते. तुझा मधुकाका त्यापैकीच एक. मी मधुकाकाला 'रेडा दूध देणार नाही' असं सांगितलं नाही. स्टे मिळणार नाही, असंही सांगितलं नाही. त्यांची समजूतही काढली

नाही. उलट मी त्यांना म्हणालो, रेडा कसा दूध देत नाही बघू. आपण प्रयत्न करू या. मी सांगतो तसं करा. आजपासून रेड्याला एक किलो पेंड वाढवा."

तसा मी मध्येच म्हणालो, "पण सर, त्यांना कधीतरी माहीत होणारच की."

त्यावर सिनियर म्हणाले, "ज्यावेळी माहीत होईल, त्यावेळी बघता येईल. त्यावेळी सांगायचं, आपण भरपूर प्रयत्न केले. कुठंच कमी पडलो नाही; पण तुझ्या नशिबात नव्हतं, त्याला कोण काय करणार?"

सिनियरनी चहा सांगितला. मी चहा घेतला आणि परत आलो.

मी विचार करू लागलो. मधुकाकांच्या पठडीतले कितीतरी पक्षकार असतात. त्यांना वकिलांनी कितीही सांगितलं, तरी ते ऐकत नाहीत. पुढच्याची जिरवण्याकरता आपण जन्म घेतलाय, असाच जणू त्यांचा समज असतो. हीच मंडळी वकीलांबाबत बाहेर चुकीचा प्रचार करतात. कारण त्यांच्या मनासारखं काहीच होत नाही. 'कोर्टात वाळल्याबरोबर ओलं पण जळतं. वकील खऱ्याचं खोटं आणि खोट्याचं खरं करतात', असा प्रचार करत ही मंडळी फिरत असतात. पण त्याला इलाज नसतो. कोणत्याही क्षेत्रात असे लोक भेटतातच. कोर्ट-कचेरीत अशांचा भरणा अधिक असतो इतकंच. अशा लोकांना डोंगर पोखरून उंदीर काढल्याचं दुःख होत नाही. आयुष्यातला वेळ वाया गेल्याचं वाईट वाटत नाही. त्यामुळं सिनियर वकीलांनी दिलेला सल्लाच बरोबर आहे. कारण इथं डोंगराला पण कमी नाही आणि उंदराला पण कमी नाही.

ooo

आई

आईची आई म्हणजे आज्जी कशी होती, ते आता आठवत नाही. आईचा आज्जीवर आणि आज्जीचा आईवर खूप जीव होता, एवढं मात्र आठवतंय. आई एकुलती एक. तिला सख्खा भाऊ नाही किंवा सख्खी बहीण नाही. आज्जीचं माहेर तांदळगाव या गावापासून दोन-तीन मैलांवर.

मी एकदम लहान होतो, त्यावेळी आज्जी खूप थकली होती. अगदी झोपूनच होती. माचूळीशेजारीच तिला एक बाजलं टाकलं होतं. तिथं दिवसा पण अंधार असायचा. आई थोड्या-थोड्या वेळानं आज्जीकडं जात होती. 'चहा देऊ का? साबुदाण्याची खीर देऊ का? तांदळाची पेज देऊ का?' असं सारखं विचारत होती. आज्जीचा फक्त कण्हण्याचा आवाज यायचा. आज्जी कण्हतच म्हणायची,

"अन्नावरची वासनाच उडालीय बघ. तोंड कडूईक झालंय. आता काहीही नको."

आईची चिंता वाढली होती. ती आज्जीकडं सारख्या येरझाऱ्या घालत होती, आजीच्या तोंडावरनं हात फिरवत होती. तिचा जीव टांगणीला लागलेला होता. तडफड-तडफड चाललेली होती.

आज्जीनं तिला लहानाची मोठी केली, अंगाखांद्यावर खेळवलं. आई चांगली दहा वर्षांची झाली, तरी आज्जी तिला काखेला घेऊनच फिरायची. ती आज्जी आज शेवटच्या घटका मोजत होती. आईच्या डोळ्यादेखत ती कुठंतरी अज्ञात प्रवासाला निघाली होती. आतड्याचं

शेवटचं माणूस जाणार होतं. मायेचं सारंच संपणार होतं. मग आई एकटी पडणार होती.

आई डोळ्याला पदर लावायची, सारखं डोळे पुसायची. कधी हरिपाठ म्हणायची, तर कधी आज्जीवरून लिंबू उतरवून टाकायची. कधी एखादा दामटा करून तिकाटण्यावर नेऊन टाकायची. 'आईला बरं वाटू दे' म्हणून देव्हाऱ्यातल्या देवाला नवस करायची. चुलीतली राख घेऊन देव्हाऱ्यात ठेवायची आणि काहीतरी पुटपुटायची. मग तो अंगारा आज्जीच्या कपाळाला लावायची. चिमूटभर तिच्या तोंडात टाकायची. आईची ही अशी तलकली झालेली. मला अगदी थोडं कळत होतं. मी पहिली-दुसरीलाच असेन.

दिवस मावळतीला निघाला. अंधार पडू लागला. आईनं शेवग्याच्या शेंगाचं कालवण केलं. दोन तुकडे बशीत घेतले. गरम गरम अर्धी भाकरी घेतली आणि आज्जीजवळ बसून कंदील लावून तिला चारत बसली. आज्जीनं एक घास खाल्ला; पण दुसरा घास खाताना तिचं तोंडच लुळं पडलं. बशी आणि भाकरी तिथंच ठेवून आईनं हंबरडा फोडला.

"माझी हरणी ग. आता मी काय करू? आता तुझ्या नातवांना मोठं झालेलं कोण बघणार? आम्हाला वाऱ्यावर सोडून कशी गेलीस गं..."

आज्जीचा तो काळ आणि मृत्यू एवढाच आठवतो.

आज्जी गेली आणि घर सुनंसुनं झालं. रस्त्यानं येणाऱ्या जाणाऱ्या बायका घराकडं यायच्या. आई त्यांच्या गळ्यात पडून रडायची, आज्जीचं गुणगान गायची. एखादं बापय माणूस यायचं. आई त्यांना विचारायची, "आत्ता तुमच्यासंगं बोलतीय का हो माझी आई?"

रस्त्याच्या कडेलाच आमचं घर होतं. आज्जी कायम अंगणात बाजल्यावर बसलेली असायची. ती येणाऱ्या-जाणाऱ्याला बोलवायची, बसा म्हणायची. त्यांना पाणी द्यायची आणि आईला चहासुद्धा करायला लावायची; पण प्रत्येकाला बोलावल्याशिवाय राहायची नाही. आईला पण याची सवय झालेली होती.

आता आज्जी गेल्यानंतर अंगण ओस पडलं. बाजलं निर्जीवपणे पडून राहिलं. जाणारा येणारा बाजल्याकडं बघून हळहळायचा. आईला मग जास्तच भडभडून येत होतं. त्यानंतर आई आज्जीची रोज आठवण काढायची. सकाळी उठलं, की आज्जीच्या समाधीला चहा घालायची. जेवायच्या अगोदर तिला निवद दाखवायची. सणासुदीला निवद दाखवल्याशिवाय आम्हाला पण जेवायला द्यायची नाही.

आज इतक्या वर्षानंतरही आईचा जीवघेणा आक्रोश लक्षात आहे. ती काळोखी रात्र, कंदिलाचा घरभर पसरलेला कावीळ झाल्यागत प्रकाश. आजारी आज्जीची उदासीन आकृती, आईनं आणलेल्या बशीतल्या शेवग्याच्या शेंगा, आजीनं खाल्लेला शेवटचा घास, त्यानंतर आईचा हंबरडा, ते विषण्ण आणि दुःखी वातावरण... आई येणाऱ्या-जाणाऱ्याजवळ आज्जीचे गुण गायची. ती कशी होती, तिनं कसं लहानाचं मोठं केलं,

सगळा गाव तिला कसा नावाजत होता, ती किती कष्टाळू होती, तिनं कसा प्रपंच उभा केला, वगैरे सगळं सांगत राहायची.

आज वाटतं, आईचं एकटेपण त्यावेळी किती भयानक होतं? तिला हक्काचं आधार देणारं कोणीच नव्हतं. तीच तिच्या आईची आई झाली होती. तिचं दुःख वाटून घेता आलं असतं तर? तिचा आघात कमी करता आला असता तर? पण असा विचार करून तरी काय उपयोग? शेवटी ज्याचं दुःख त्यानंच भोगायचं. आज्जी गेली त्यावेळच्या आईच्या दुःखाला आपण काहीच करू शकलो नाही, ही खंत मात्र कायमची राहिली. आज्जी गेली, त्यापाठोपाठ काही वर्षातच आईही गेली.

आई,

नकळत्या वयात तू गेलीस. त्यालाही आता तीनतेरा वर्षं झाली. तू गेल्यावर प्रत्येक दिवशी वाटत राहिलं, की तू हवी होतीस. परंतु तू नसलीस, तरी तुझ्या आठवणीवर इथपर्यंत आलोय. खरं म्हणजे तू असतीस तरी काय फरक पडला असता? माझ्याबरोबरच्या मित्रांच्या आयांचे हाल मी डोळ्यानं पाहतोय. कदाचित तुझी अवस्था पण...

तू होतीस, तेव्हा तरी तुला कुठं समजून घेतलं मी? एकदा पोटात दुखतंय म्हणून मला घेऊन रुस्तुम काकाकडं गेलीस. त्यानं कपाळाला भंडारा लावला आणि यल्लाम्माला साकडं घातलं. मी पुढं कॉलेजला गेलो. तेव्हा वाटायचं की आई अंधश्रद्धाळू होती.

आता बऱ्याच वर्षांनी तुझी आठवण येत राहते. मी विचार करतो, की कदाचित आई अंधश्रद्धाळू असेलही; पण तिची माझ्यावरील निष्ठा आणि निर्मळ प्रेम कोणत्या व्याख्येत बसवायचं? मग तुला समजून घेताना माझं खुजेपण तीव्रतेनं जाणवत राहतं.

एकदा मी डबा विसरलो, तेव्हा तू फाटक्या लुगड्यानिशी शाळेत आलीस. मला तुझा खूप राग आला. एका दिवसानं मी काही मरणार होतो? मी डबा रागानं घेतला आणि तडक वर्गात गेलो. तू परत फिरलीस. तुला जाताना देसाई सर भेटले. त्यांना हसत म्हणालीस, 'त्याचा स्वभावच रागीट आहे.'

तू गेल्यावर तुझी तळमळ समजली आणि खूप वाईट वाटलं. स्वतःच्या आईबद्दल लाज का वाटावी? ती कुठून येते? ज्या व्यवस्थेतून ती येते, ती व्यवस्थाच नष्ट झाली पाहिजे. मग मी आईपण मिळवून देणाऱ्या, आईपण समजून घेणाऱ्या सामाजिक चळवळीकडं वळलो.

तू म्हणायचीस, "कुणाच्या वाळलेल्या काटकीवरसुद्धा पाय देऊ नये. उतू नये, मातू नये, घेतला वसा टाकू नये."

त्यावेळी हे कळत नव्हतं. पण तू गेल्यावर त्या प्रत्येक शब्दाचा अर्थ समजू लागला. आकाशाला भिडणारं तत्त्वज्ञान तू सांगून गेलीस. आई, मीही तसाच वागत आलोय. तुझ्या शिकवणीतून आलेला एक शब्दही मी मोडू दिला नाही. जिथं पाय घसरतोय असं वाटलं,

तिथं तुझी आठवण काढली. तू असतीस, तर काय म्हणाली असतीस? तेच मी ऐकलं. तसंच वागत आलो.

एकदा शाळेला सुट्टी होती, तेव्हा गावातल्या तालमीत गेलो होतो. तिथं पत्ते खेळत होतो. मला उशीर झाला, म्हणून तू शोधत आलीस. तिथं पत्त्याची पानं बघून तुझं डोकं फिरलं. मला हातातल्या लाटण्यानं मारलंस. मी रडलो, खूप रागावलो. दोन दिवस रुसलो; पण नंतर कधी पत्याला हात लावला नाही. तू होतीस तेव्हा आणि नंतरही! परवा माझा मित्र तीन पानी जुगारात सापडला. तो नाशिकला जॉब करतो, इंटेरियर इंजिनियर आहे. पण तरी त्याला जुगारी नाद होता. तुझी खूप आठवण आली. कदाचित तू लाटण्यानं मारलं नसतंस, तर मीही...

अशा किती तरी गोष्टी असतील, ज्यांची गणतीही करता येणार नाही. त्यावरच तर आज मी उभा आहे. दहावी पास झालो, तेव्हा लक्ष्मण शेठ घरी आले आणि म्हणाले, "पोरगा खूप हुशार आहे. त्याला केरळला घेऊन जातो. सोन्या-चांदीचा व्यापार करेल. भविष्यात खूप श्रीमंत होईल." पण तू ऐकायला तयार नव्हतीस. तू म्हणालीस, "आम्ही रोजगार करू; पण त्यानं शाळाच शिकायला पाहिजे."

त्यावेळीही मला तुझा राग आला होता. मला वाटायचं दुकानदार व्हावं, खूप पैसा मिळवावा. पण तू ऐकलं नाहीस. म्हणूनच आज मी इथं उभा आहे. आज मागं फिरून बघितलं की वाटतं, तुला समजून घ्यायला मी खूपच कमी पडलो. मग तुझ्या आठवणीचे कढ येत राहतात. पण दुसरं मन म्हणतं, 'अरे आई कुठं गेलीय? ती तर तुझ्या सोबतीला आहे, नेहमीच.'

सकाळी एका मित्राचा फोन आला. तो म्हणाला, "गावाकडं निघालोय. आज 'मदर्स डे' आहे ना. शिवाय लॉकडाऊन पण आहे. तेवढंच आईला तेल, साखर वगैरे देऊन येतो."

हा मित्र एमबीए कॉन्ट्रॅक्टर आहे. मला वाटलं, 'मदर्स डे असाही असू शकतो? जणू तिला पोटाला दिलं की कर्तव्य संपलं. आणि हा मदर्स डे वर्षातून फक्त एकदाच असतो? इतर दिवशी कोणाचे दिवस?'

'मदर्स डे' हा एक दिवसाचा नसतोच मुळी! आयुष्यभर आईला समजून घ्यावं लागतं. बाहेर आपण प्राध्यापक, वकील, डॉक्टर कुणीही असो; पण आपल्याला घरी मुलगा व्हावं लागतं, मुलगी व्हावं लागतं. मुलगा किंवा मुलगी होऊन आईकडं पाहिलं, की मग ती हळूहळू समजू लागते. मग यांत्रिकपणे वापरलेले शब्द जिवंत होतात.

आई, मला एवढंच सांगायचं आहे, की तू गेल्यापासून माझा प्रत्येक दिवस 'मदर्स डे' आहे आणि कायम 'मदर्स डे'च राहील!

०००

न्यायाधीश

'लॉ'च्या प्रथम वर्षाला होतो. प्रवेशावेळी टीवाय बीएससीनंतर बराच गॅप पडलेला होता. ओळखी फारशा नव्हत्याच आणि खेड्यातून गेलो असल्यानं ओळखी होत पण नव्हत्या.

प्रवेश घेतला आणि मग अभ्यास चालू झाला. पण काही नोट्स मिळाल्या नव्हत्या. मी त्या शोधतच होतो. असाच एके दिवशी माझ्यासारखाच एक जण भेटला. तो खेड्यातून आलेला होता, वर्गात सर्वात मागच्या बेंचवर बसलेला होता. जुना टी-शर्ट तशीच पॅन्ट, वहीला पुठ्ठे घातलेले अशी त्याची अवस्था बघून, 'त्याच्याकडूनच जुन्या नोट्स घ्याव्यात', असा माझ्या मनात विचार आला. मग मी जाऊन त्याला भेटलो.

"गुड मॉर्निंग!"

तो म्हणाला, "व्हेरी गुड मॉर्निंग!"

"कसे आहात?"

तो म्हणाला, "मी ठीक आहे, फाईन."

मग मी माझी ओळख करून दिली आणि नंतर म्हणालो,

"मला लेट प्रवेश मिळालाय. पहिल्या काही दिवसांचा पोर्शन नाही. कॉन्स्टिट्यूशन आणि लीगल लँग्वेजची वही देशील का?"

तो म्हणाला, "ठीक आहे; पण उद्या देईन. आज घेऊन आलो नाही."

दुसऱ्या दिवशी मला काम होतं, त्यामुळं कॉलेजला गेलोच नाही. तिसऱ्या दिवशी कॉलेजला गेलो, तर हा वही देण्याकरता मलाच शोधत होता.

"काल अबसेंट का होता?"

मी म्हणालो, "अरे अचानक काम निघालं. त्यामुळं आलो नाही."

तो म्हणाला, "मी खूप वाट पाहिली. तुला वही द्यायची होती. ही घे."

मी वही घेतली आणि 'थँक्स' म्हणालो. पुढं आमची खूप मैत्री झाली. 'याकव कतेल्लार' उर्फ 'वायके' माझा जिवश्चकंठश्च दोस्त बनला.

वायके सांगलीला काकाकडं राहत होता; पण मूळचा खेड्यातलाच. त्यामुळं माझी आणि त्याची वेवलेंथ लगेच जुळली. नोट्स देणं, क्लास अटेंड करणं, लंच ब्रेकला कॅन्टीनला जाणं, एका कपात दोघांनी चहा घेणं यामुळं आमची मैत्री घट्ट होत गेली.

वायके कॉलेजला सायकल घेऊन यायचा; पण सायकल कॅम्पसमध्ये आणायचा नाही. लांब कुठंतरी लावायचा. एके दिवशी मी विचारलं,

"सायकल इतक्या लांब का लावतोस? सर्वांच्या सायकली आहेतच की. तूही इथं कॉलेज कॅम्पसमध्ये लावत जा ना."

"अरे माझ्या सायकलला स्टँड नाही." असं त्यानं मला कानात सांगितलं.

वायके स्टँड नसलेली जुनी सायकल घेऊन कॉलेजला यायचा. रविवारी काकाबरोबर दुकानात जायचा, खूप कष्ट करायचा. तरीसुद्धा सायकलला स्टॅण्ड लावायलाही पैसे नसायचे. खाजगी क्लास लावण्याची ऐपत नव्हतीच. त्यामुळं वर्गातच लक्ष द्यायचा, अभ्यास करायचा. माझीही परिस्थिती त्याच्यापेक्षा वेगळी नव्हती.

एकदा परीक्षा फॉर्म भरायचा होता. पण वायकेकडं पैसे नव्हते. मी त्याला एकाकडून उसने घेऊन दिले आणि त्यानं फॉर्म भरला. आम्ही दोघंही चांगल्या मार्कांनी पास झालो.

दिवस असेच जात होते. लास्ट इयर होतं, पदवीची परीक्षा होती. पण वायके म्हणू लागला,

"मी कॉलेज बंद करतोय. कुठंतरी जॉब शोधतो. बस्स झालं आता..."

परिस्थितीनं वायकेला डिप्रेशन आलं होतं. मी त्याची समजूत काढली,

"शेवटचं वर्ष आहे, असं करू नकोस. तू परीक्षा दे. नंतर प्रॅक्टिस कर अगर करू नको; पण निम्म्यातून तरी सोडू नकोस. मी आहे, बाकीचे मित्र आहेत. एवढा काय विचार करतोयस?"

एव्हाना आमचा फ्रेंड ग्रुप तयार झालाच होता. वायकेची बातमी आमच्या ग्रुपमध्ये समजली. मित्रांनी कॉन्ट्री काढायचं ठरवलं. दुसऱ्याच दिवशी आम्ही पाच हजार गोळा

केले. लंचब्रेकला वायकेला कॅन्टीनमध्ये बोलावलं आणि त्याच्या हातात पाकीट दिलं. त्याला गहिवरून आलं. तो काहीच बोलला नाही. खाली मान घालून डोळ्यांच्या कडा पुसत राहिला. 'तुमचे उपकार मी कधी फेडणार? एकच प्रश्न माझ्यासमोर आहे.' असं म्हणू लागला. मी खांद्यावर थोपटत राहिलो.

लास्ट इयर संपलं. निरोप समारंभ झाला आणि सगळे मित्र आपापल्या मार्गानं निघून गेले. मी प्रॅक्टिस चालू केली. वायके गावाकडं गेला. तिथं तालुका कोर्टात ज्येष्ठ विधिज्ञ काळे वकील यांच्याकडं तो प्रॅक्टिस करू लागला. प्रॅक्टिस करत करत तो जॉबही शोधत होता आणि परीक्षाही देत होता. त्याचा कधीतरी फोन यायचा, कधीतरी भेटही व्हायची. दोन-चार वर्षं अशीच गेली.

एके दिवशी आनंदाची बातमी कळाली, की वायके न्यायाधीशाची मुख्य परीक्षा पास झाला. 'आपला वर्गमित्र न्यायाधीश झाला', याचा मला खूप अभिमान वाटला. मग आमचा सगळा फ्रेंड ग्रुप मिळून आम्ही वायकेच्या घरी गेलो. त्याला फुलांचा बुके दिला, शूज आणि ड्रेसचं पॅकेज गिफ्ट दिलं. नंतर वायकेला आमच्या बारमध्ये बोलावलं. त्याचा सत्कार केला. गरिबीतून आलेला, विद्यार्थीदशेपासून संघर्ष केलेला आणि आता स्वकष्टानं न्यायाधीश पदावर गेलेला, म्हणून त्याचा गौरवही केला. वायके आता साहेब झाले. त्यांना लांब नागपूरला पोस्ट मिळाली. तो आमचा वर्गमित्र म्हणून आम्हाला अभिमान होता.

एकदा मी आमच्या फ्रेंड ग्रुपसह सहलीला गेलो होतो. 'त्या साईडला आलोच आहोत, तर सरांची भेट घेऊया' असं सर्वानुमते ठरलं. सहलीनंतर परतीच्या वेळी नागपूरला गेलो; पण लंच ब्रेक व्हायचा होता. दीड वाजला होता. आम्ही शिपायाकडून निरोप दिला की,

"गावाकडचे मित्र आलेत. तसं साहेबांना सांगा."

शिपायानं आमच्याकडं खालीवर पाहिलं आणि आत जाताना बोलला,

"निरोप देतो; पण साहेब भेटण्याची शक्यता कमीच आहे."

आम्ही अर्धा तास थांबलो. दोन वाजले, कोर्ट सुट्टी झाली. पण निरोप काही आलाच नाही. अडीच वाजता शिपाई आला आणि म्हणाला,

"साहेब म्हणालेत, सॉरी. आज दोन जजमेंट आहेत. गावी आल्यावर सविस्तर भेटू."

आम्ही परत फिरलो. मला तर खूप जिव्हारी लागलं. वाटलं होतं की, 'आता वायके एक तास तरी सोडणार नाही. बऱ्याच वर्षांचा गॅप. आमच्या गप्पा होतील, ख्यालीखुशाली, प्रॅक्टिस...' पण काहीच न होता आम्ही परत फिरलो.

नंतर मात्र वायकेशी कोणताच कॉन्टॅक्ट राहिला नाही. कधीतरी बातम्या यायच्या, की पोस्टिंग बदललं, वायके आता वासिमला आलाय, बार आणि बेंचमध्ये फार काही पटत नाही. वगैरे वगैरे...

एकदा वासिममध्ये ज्येष्ठ विधिज्ञ अंकुरे आणि वायके यांची तक्रार झाली. अंकुरे वकील म्हणाले,

"साहेब, विथ परमिशन विचारतो. तुमच्याकडं किती फाइल्स आहेत?"

वायके म्हणाले, "सिव्हिल १८० आणि क्रिमिनल १२० अशा ३०० फाइल्स आहेत."

अंकुरे वकील म्हणाले, "साहेब, तुमच्याकडं असणाऱ्या फाईलच्या आठपटपेक्षा जास्त, म्हणजे अडीच हजार फाईल्स माझ्या एकट्याकडं आहेत आणि मी तुमच्या वयाच्या दीडपट, म्हणजे चाळीस वर्षं प्रॅक्टिस करतोय. त्यामुळं सबुरीनं घ्या. ऑर्डर कोणतीही करा, दॅट्स युअर राईट! पण वकिलांना अवमानास्पद बोलू नका. वकील न्यायदेवतेपुढं न्याय मागायला येतात; भिक्षा मागायला येत नाहीत, याची पण जाणीव असू द्या." या वादावादीनंतर ते प्रकरण तिथंच मिटलं.

चार वर्षांपूर्वी वायकेचे वडील निधन पावले. कर्तव्य म्हणून आम्ही मित्र गेलो. वायकेंना भेटायला बरेच न्यायाधीश पण आले होते. त्यांच्या गराड्यात वायके होते. आम्ही जवळ गेलो; पण साहेबांनी लांबूनच नमस्कार केला. 'कधी आला' विचारलं नाही. 'कोण कोण

आलाय' तेही नाही. कोणतीच साधी विचारपूसही केली नाही. पण आता आम्हाला साहेब कळाले होते. आम्ही वडिलांकरता आलो होतो, साहेबांच्या करता नव्हतोच मुळी. त्यामुळं आम्हाला त्यांच्या वागण्याचं काहीच वाटलं नाही. लांबून नमस्कार करून आम्ही परत फिरलो. परत जाताना माझे विचार चालू होते.

'वायकेला नेमकं काय झालं असावं? कोणता साहेब डोक्यात शिरलाय? कोणत्या जगात वावरतोय? गरिबीतून आलेला, न्यायदानासारख्या पवित्र क्षेत्रात काम करणारा! पण यानं मैत्री आणि माणुसकी खुंटीला बांधलीय का? न्यायाधीश हा काचेच्या घरात, उंच मनोऱ्यात राहतो, त्यानं लोकात मिसळू नये, असा संकेत असतो. पण तो संवेदनाशून्य असता कामा नये. त्यावर सामाजिक संस्कार असावेत. त्यानं सारासार विवेकबुद्धीचा वापर करावा, बुद्धिप्रामाण्यवादाचा स्वीकार करावा, माणुसकीला नवीन आयाम द्यावा, अशीही सर्वोच्च न्यायालयाची मार्गदर्शक तत्त्वं आहेत. 'इक्विटी बिफोर लॉ अँड इक्वल प्रोटेक्शन ऑफ लॉ' हे मूलभूत तत्त्व आहे. घटनेनं ते भारतीय नागरिकांना बहाल केलं आहे. परंतु वास्तवात एवढंच पुरेसं नाही. न्याययंत्रणा विश्वासार्ह असायला हवी आणि त्या यंत्रणेत सहभागी होताना प्रत्येकाला आश्वस्त वाटायला हवं. कोणत्याही कारणानं फिर्यादी, आरोपी, साक्षीदार अथवा वकील यांना पूर्ण विश्वासानं आणि कोणत्याही दडपणाशिवाय न्यायदान प्रक्रियेत सहभागी होण्यात अडथळा येत असेल, तर न्यायतत्त्व फक्त कागदावरच राहतं. मित्रांना तुच्छतेची वागणूक, अंकुरे वकीलांबरोबरचे वाद आणि एकूणच वायके सरांचा प्रवास... याचा ताळमेळ कसा बसवायचा?' काहीच समजत नव्हतं. मग मी वायकेंच्या स्वभावाचा विचार करणंच सोडून दिलं.

आम्ही घरी पोहोचलो. नंतर ठरवलं, आता त्यांच्याशी संबंध ठेवायचे नाहीत. कधीकाळी वर्गमित्र होता, कधीतरी मित्रांच्या ग्रुपमध्ये होता, बस्स! आता काही नाही.

या घटनेला पण आता चार-पाच वर्षं होऊन गेली. या काळात मी कधी फोन केला नाही आणि त्यांचाही काही आला नाही. आमची मैत्री जवळजवळ संपुष्टात आल्यात जमा होती आणि अचानक मागच्या आठवड्यात वायके साहेबांचा फोन आला.

"कसा आहेस? कुठं आहेस? काय चाललंय?"

मी म्हणालो, "मी ठीक आहे. लॉकडाऊन असल्यामुळं घरात आहे आणि निवांतच आहे."

पण मी बोलेपर्यंत साहेबच बोलू लागले. कातर आवाजात सांगू लागले,

"अरे तुला समजलं का? मी पॉझिटिव्ह होतो. आयसोलेट करून ट्रिटमेंट झाली आणि आता निगेटिव्ह आहे. पण धक्क्यातून अजून सावरलो नाही. खूप डिप्रेशनमध्ये आहे. कोणीही साहेब आले नाहीत, ना कुणाचा फोन आला. जवळचे आप्त स्वकीय नाहीत,

नातलग नाहीत. भावकी तर नाहीच नाही. सर्वांनी वाळीत टाकल्यासारखं केलंय. पाहुण्यांना फोन केला, तर 'बिझी आहे' म्हणतात. मरणाच्या दारातून परत आलो. मला मृत्यू साक्षात दिसला. आता वाटतं, मिळालेलं आयुष्य बोनस आहे. कोरोना झाला त्यावेळेस वाटलं, पद, प्रतिष्ठा, खुर्ची, अधिकार सर्व भ्रामक आहे. खरा आहे फक्त एकच, तो म्हणजे मृत्यू. तो आला, की पदाचा आणि अधिकाराचा काहीच उपयोग नाही. नातलग आणि मित्र निदान जवळ तरी येतील. माणूसपणाचं महत्त्व मला समजलं. मैत्रीची खरी किंमत पण समजली. किती मूर्खपणे वागलो मी? जिवाभावाचे मित्र दुरावले, वर्गमित्र तुटले. पाहुणे तर अगोदरच दूर गेलेले होते. या पृथ्वीतलावर फक्त मीच वेगळा आहे, मीच इतरांपेक्षा वरचढ आहे, असा मला अहंकार होता. खरं म्हणजे इथं आलेल्या सर्वांचं मुक्कामाचं एकच ठिकाण, स्मशान! पण खुर्चीतला साहेब डोक्यात गेला आणि मी मागचं सगळंच विसरलो. वेगळ्याच विश्वात वावरू लागलो. काम करतानाही मुकादमाची वृत्ती ठेवली. सत्तेची जाणीव किती विलक्षण असते नाही? ती राजकारणाची असो किंवा सरकारी अधिकाऱ्याची. आपल्या शब्दाला लोक घाबरतात, मान तुकवतात, हो ला हो करतात, ही भावनाच मनात मग्रुरी तयार करते. सरकारी अधिकार दरिद्री जनतेला पंखासारखे उंच नेणारे असावेत; पण त्याऐवजी मी माझीच फरफट करून घेतली. या गोष्टीचं खूप वाईट वाटतं. आता विचार येतो, की हा अधिकार तरी मला कुठून आला? तर तो नोकरीतून आणि नोकरी करण्याची ऊर्मी भुकेनं दिली, दारिद्र्यानं दिली, अगतिकतेनं दिली, मुला-बाळांवरच्या मायेनं दिली, त्यांच्या पोटी निर्माण झालेल्या असहायतेनं दिली, हेच मी विसरलो.

आता मी गावी आहे. मला होम क्वारंटाईन केलय. खूप एकटेपण जाणवतंय. इथं मान तुकवणारे कोणीही नाहीत, सॅल्यूट करणारे नाहीत किंवा पाणी आणून देणारे नाहीत. खेड्यातल्या माळावर एकटाच, कुटुंबासहित एकांतवासात आहे. समोर लांबवर हिरव्या कुसळांचा फट, दूरवर चार वठलेली आंब्याची झाडं, बस्स...! तुम्हा सर्वांची खूप आठवण येतेय. कंटेंटमेंट संपलंय, बफर झोन संपलाय, सर्व ग्रीन झालं आहे. उद्या तू ये, आपल्या सर्व मित्रांना घेऊन ये. तुला कडकडून मिठी मारायची आहे. नाही म्हणू नको, कोणतंही कारण सांगू नको. मी उद्या वाट पाहतोय."

असं म्हणून त्यांनी माझं काहीच न ऐकता फोन कट केला.

कोरोनामुळं काचेच्या घरातून, उंच मनोऱ्यातून जमिनीवर आलेल्या आणि आता जमिनीवरच राहणार, असं स्वतःला वचन दिलेल्या मित्रास मी आज भेटायला जाणार आहे.

०००

पोटचा गोळा

पंडा मिस्त्री आणि शांताक्का ऑफिसला आले. त्यांना स्वतःच्या मुलावर पोटगीची केस टाकायची होती.

"तो आम्हाला खर्चाला पैसे देत नाही. म्हातारपणी सांभाळत नाही."

शांताक्का बोलत होत्या; पण पंडा मिस्त्री शांत होते. ते काहीच बोलत नव्हते.

शांताक्का सांगत होत्या,

"एकुलता एक मुलगा, त्याला एमबीए केला. मुंबईला नोकरीला लावला. त्याचं लगीन केलं. त्याच्यासाठी बत्तीस वर्षं रक्त आटवलं. हुतं नव्हतं, ते समदं त्याच्या नावावर केलं. आता तो दोघांनाही विचारत नाही. 'तुम्ही काही उपकार केले नाहीत, तुम्ही तुमचं कर्तव्यच केलं', असं तो म्हणतोय. त्याचा मुंबईत फ्लॅट आहे. तरीही काल त्यानं घरातून बाहेर काढलं. त्यामध्ये तो भाडेकरू ठेवणार आहे. भाडेकरू ठेवायचा नसेल, तर तुम्हीच भाडं द्या. तुम्ही राहणार असाल, तर पाचशे रुपये कमी द्या', असं तो निर्लज्जपणे सांगतो."

मी ऐकत होतो. पंडा मिस्त्री निर्विकार होते; पण शांताक्का बोलतच होत्या. मी त्यांना थांबायची खूण केली आणि म्हटलं,

"तुम्हाला ज्येष्ठ नागरिकांचा कायदा २००५ प्रमाणे केस करावी लागेल. ती केस

प्रांताकडं, म्हणजे उपविभागीय अधिकारी यांच्याकडं करावी लागते. जे आई-वडील ज्येष्ठ आहेत, म्हणजेच ५८ वर्षांपेक्षा जास्त आहेत, त्यांचा संभाळ मुलं करत नसतील, तर त्यांच्यासाठी हा कायदा आहे. मात्र त्यामध्ये वकील देता येत नाही. तुम्हाला स्वतःला केस लढावी लागते. मी तुम्हाला ड्राफ्ट देतो. त्याच्याबरोबर कोणती कागदपत्रं जोडायची तेही सांगतो. तुम्ही त्याप्रमाणं सर्व फाईल उपविभागीय अधिकारी यांच्याकडं रजिस्टर करा. अडचण वाटल्यास फोन करा. मी तुम्हाला मदत करण्याची व्यवस्था करतो."

कागदपत्रांची यादी घेऊन पंडा मिस्त्री आणि शांताक्का निघून गेले.

पंडा मिस्त्रींचा मोटर दुरुस्तीचा धंदा होता. त्यांनी त्यावरच प्रपंच उभा केला. आज ३२ वर्षं झाली. ते हाच धंदा करतात. सकाळी उठायचं, अंघोळ करायची, एम८० घेऊन शेतकऱ्यांच्या विहिरीवर जायचं. त्यांची मोटर चेक करायची, ती खोलायची, गाडीवर लादायची आणि दुकानात आणायची. त्या मोटरचं वायरिंग, ग्रीसिंग, क्लिनिंग, बेरिंग बदली असं काम असायचं. ते काम करून ती विहिरीवर पोहोच करायची. उन्हाळ्यात कामाचा सीझन असतो. सगळ्यांनाच पाण्याची घाई असते. त्यामुळं रोज चार-पाच मोटर असतात. काम संपवून घरी यायला रात्री अकरा वाजायचे. शांताक्का वाट बघत बसायच्या. मोहन पाचवीला होता. जेवण करून तो झोपलेला असायचा. वडील कधी येतात हे त्याला माहीत पण नसायचं. शांताक्का घरकाम करायची आणि शेतातलं पण बघायची. शिक्षण झालं, म्हणजे मुलगा नोकरी करेल, मग दोघंही आराम करू, असं त्या दोघांनी ठरवलं होतं.

मोहन दहावीत होता; पण फारच वांड होता. एकदा त्याच्या खिशात गुटखा सापडला. ते बघून शिंदे सरांचं डोकंच फिरलं. 'बाप राब राब राबतोय अन् पोरगं गुटखा खातंय.' शिंदे सरांनी मोहनला खूप मारलं. त्याच्या हातावर वळ उठले.

"पुन्हा गुटखा खाणार नाही म्हण." असं शिंदे सर बोलत होते; पण मोहन शिंदे सरांना उलट म्हणाला, "तुमच्या बापाच्या पैशाचा खात नाही."

त्यामुळं हेडमास्तरांनी त्याला वर्गाबाहेर काढलं आणि बापाला घेऊन यायला सांगितलं.

पंडा मिस्त्री शाळेत गेले; पण त्यांनी मास्तरलाच दाबात काढलं.

"माझं पोरगं नापास करा; पण नको त्या गोष्टीला मारत जाऊ नका." असं पंडा मिस्त्री म्हणाल्यावर मास्तर गप्प झाले आणि पंडा मिस्त्री निघून गेले.

एकुलता एक पोरगा असल्यामुळं पंडा मिस्त्री त्याचे लाड करायचे. त्याला मागेल ती वस्तू पुरवायचे. कुणी त्याला बोललेलं पंडा मिस्त्रींना खपायचं नाही.

मोहन कॉलेजात गेला. एमबीए करू लागला. एके दिवशी तो दारू पिऊन आला.

त्याचा शांताक्काला धक्काच बसला. रात्री उशिरा नवरा-बायको बोलत बसले. मोहन कॉटवर आडवातिडवा पडलेला होता. त्याच्या पायात बूटही तसेच होते. त्याच्याकडं बघून पंडितराव दूचित झाले. दोन-तीन दिवस ते काहीच बोलले नाहीत. त्यांच्या दोस्तांनी सांगितलं,

"पोरगं वाया जाईल. त्यापेक्षा गुंतवून टाका. गळ्यात पोरगी पडली, म्हणजे सुतासारखा सरळ होईल."

मोहनचं लग्न झालं आणि सूनबाई घरी आली. दोन-तीन महिने असेच गेले.

एके दिवशी मोहन शांताक्काला म्हणाला, " जमीन माझ्या नावावर करा."

शांताक्कानं त्याला समजावून सांगितलं, "मोहन, आमच्या माघारी सारं तुझंच आहे. आम्ही परके झालो का? कोणासाठी राबलो? आम्ही रक्त आटवून कमावलं ते कोणासाठी?" त्यावर मोहन गप्प झाला.

रात्री उशिरा पंडा मिस्त्री आले. मुलगा-सून जेवण करून बसले होते. त्यामुळं शांताक्का आणि पंडा मिस्त्री जेवले. सोप्यात बसले, एवढ्यात मोहन बायकोला घेऊन आला आणि म्हणाला,

"थोडं बोलायचं होतं."

ते म्हणाले, "बोल की."

"आता तुमचं झालं गेलंय. आम्हाला काहीतरी करायचं आहे. आमच्या नावावर शेत केलं, तर बरं होईल. आम्ही काय तुम्हाला सोडणार आहे का?"

हे पंडा मिस्त्रींनी निमूट ऐकून घेतलं. खरं म्हणजे त्यांच्या खूप जिव्हारी लागलं होतं; पण त्यांनी ते दाखवलं नाही.

"बघू दिवाळीच्या वेळी." असं म्हणून त्यांनी वेळ मारून नेली.

शांताक्काशी बोलताना ते म्हणाले, "काय करूया? तो म्हणतोय ते पण खरं आहे. नाही तरी आपण कुणासाठी करतोय? आज नाही तर उद्या त्यांनाच द्यायचं आहे. त्यापेक्षा गोडी अंती दिलं, तर पोरगा पण सुधारेल, मार्गी लागेल."

शांताक्का फार काही बोलल्या नाहीत. पण म्हणाल्या, "बघा तुमच्या बेतानं."

मोहनचा संसार सुरू झाला होता. तो नेहमी बायकोभोवती फिरायचा. बायको म्हणेल तसं वागायचा. एके दिवशी बायको म्हणाली,

"मामा-मामीचा स्वयंपाक मी नाही करणार. मीठ नको, गोड नको. मला नाही असलं जमणार."

त्यामुळं एकाच घरात दोन चुली झाल्या. शांताक्का आणि पंडा मिस्त्रीचा वेगळा स्वयंपाक होऊ लागला.

मोहनची दारू वाढतच गेली. तो कधीही रात्री-अपरात्री यायचा, शिव्या द्यायचा, बायकोला मारहाण करायचा. सून सासू-सासऱ्यांना म्हणायची,

"तुमच्यामुळं रामायण झालं. जमीन नावावर केली असती, तर एवढं घडलंच नसतं. मेल्यावर वर घेऊन जाणार आहात काय? पॉर मरायला लागलंय. पण तुम्हाला दया येईना."

हे सगळं पंडा मिस्त्री आणि शांताक्का ऐकत होते. 'काय वाढून ठेवलंय कुणास माहीत?' असा विचार करत होते.

गेली ३२ वर्षं पंडा मिस्त्री एका हातानं काम करत होते. बत्तीस वर्षांपूर्वी भटाच्या मळ्यातल्या विहिरीत मोटर निसटली आणि सरळ हातावर पडली. त्यामुळं डावा हात निकामी झाला. इन्शुरन्स होता; पण त्याचा काहीच उपयोग झाला नाही. चार-पाच वर्षं हेलपाटे मारले; पण नंतर ती कंपनीच बंद पडली. तेव्हापासून एका हातावर प्रपंच केला. दीड एकरची पट्टी खरेदी केली, माळाचं साडेतीन एकर रान घेतलं. नंतर घर बांधलं,

मुलाचं लग्न केलं. 'पण एकुलत्या एक मुलानं काय चालवलंय?' त्यांच्या डोळ्यापुढं अंधारी आली. तरी पण ते शांत होते.

जून महिना सुरू झाला. बाहेर पावसाची रिपरिप होती. पेरण्या सुरू झाल्या, मोटरचा सीझन संपला. त्यामुळं पंडा मिस्त्री निवांत होते. एके दिवशी मोहन खूपच तर्रर होऊन आला. आल्याबरोबर शिव्या द्यायला लागला. जेवण करून पंडा मिस्त्री उघडेच बसले होते. शांताक्का त्यांच्या शेजारी बसली होती. बाप-लेकाचं भांडण सुरू झालं, की त्यांचा जीव घालमेल व्हायचा, त्यांच्या काळजात धस्स व्हायचं.

पंडा मिस्त्री तसेच उठले आणि बाहेर पडले. रस्त्यावर अंधार होता, पाऊस पडत होता. गावातच मेव्हणा होता, त्यामुळं पंडा मिस्त्री तिकडं निघाले. मागं मोहन आणि पुढं पंडा मिस्त्री. मोहन शिव्या देत होता, हाताला येईल तो दगड फेकत होता. पंडा मिस्त्रींची उघडी पाठ लालभडक झाली होती. एवढ्यात समोरून मोहनचा मामा आला. त्यानं मोहनला दोन-तीन थोबाडीत मारल्या आणि त्याला आल्या पावली मागं पाठवलं. पंडा मिस्त्री आणि मामा घरी गेले.

दुसऱ्या दिवशी पंडा मिस्त्री आणि शांताक्कांनी घर सोडलं. गावातच म्हाळकू अण्णाच्या घरी ते राहू लागले. तिथंच पोटापुरता व्यवसाय करू लागले. तिकडं मुलगा आणि सून मजेत होते. बापाच्या घरात निवांत राहत होते. दिवाळी तोंडावर आलेली होती. घर असतं, तर मिस्त्रींनी आजच बाजार केला असता. घर रंगवलं असतं. सूनबाईला साडी, पोरग्याला कपडे, शांताक्काला लुगडं घेतलं असतं. पण वेगळ्याच वाटेला येऊन पडले. त्यांनी शांताक्काला बोलवलं आणि म्हणाले,

"सोमवारी लेकाच्या नावावर करून टाकू सगळा जमीन-जुमला. नाही तरी असून घोटाळा आणि नसून खोळंबा असंच आहे आपलं."

शांताक्का कडाडल्या, "काही नको नावावर करायला. दिवट्यानं काय उजेड पाडला? त्याला लाज कशी वाटली नाही बापावर हात उचलायला. त्याचा हात कसा नाही निखळला?" त्यांना भडभडून आलं. पण बापाचं काळीज पंडा मिस्त्रींना गप्प बसू देत नव्हतं. सोमवारी ते उठले. त्यांनी शांताक्काला बरोबर घेतलं आणि थेट घरी गेले. मोहन इस्त्री करीत होता, त्याची बायको टीव्ही पाहत होती. पंडा मिस्त्रींनी बाहेरूनच सुनेला आणि मोहनला रजिस्टर ऑफिसला यायला सांगितलं. तिथं गेल्यावर त्यांनी सर्व जमीन, राहतं घर पोराच्या नावावर केलं. पण परत आल्यावर दोघंही उदास होते. कोणी कोणाशी बोलत नव्हतं. त्यादिवशी कोणीही जेवलं नाही आणि नंतर झोप अशी लागलीच नाही.

पंडा मिस्त्रींचा मुलावर विश्वास होता. त्यांना एकच आशा होती की, मुलगा सुधारेल,

नोकरी करेल. आपल्याला म्हातारपणी सांभाळेल. त्यासाठी ते काय पण करत होते. आज पोरगा समाधानी झाला असेल, त्याच्या मनासारखं केलंय. भूमीहीन होऊन सगळं मुलाच्या नावावर करून टाकलं. जगात असा बाप नसेल. आता मोहनला पण कळून चुकलं असेल. तो आपणास परत बोलावेल, सन्मानानं सगळी सोय करेल आणि आपणही मोठं मन करू. शेवटी पोटचा पोरगा आहे, चुकलं म्हणून काय झालं?

दोन-तीन महिने असेच गेले. एक दिवस मोहनचा निरोप आला की, "आम्ही मुंबईला जात आहोत. तुम्ही या घरात राहू शकता."

पंडा मिस्त्री शांताक्काला म्हणाले, "बघ मी काय म्हणत होतो? एक ना एक दिवस त्याला कळून चुकेल. त्याला त्याची चूक उमगली. त्यानं स्वतःहून निरोप दिलाय."

पंडा मिस्त्री आणि शांताक्का आनंदानं घरी आले; पण घरी कोणीच नव्हतं. शेजाऱ्याजवळ चावी ठेवून मुलगा आणि सून मुंबईला निघून गेले होते. शांताक्कांनी दार उघडलं आणि घरी प्रवेश केला. स्वतःचं घर! किती आठवणी जोडलेल्या होत्या; पण आता उगीचच परकं वाटत होतं. भाड्याच्या घरापेक्षा दूरचं वाटत होतं.

दोन-तीन महिने असेच गेले असतील. एके दिवशी मोहन मुंबईतून आला आणि म्हणाला,

"घराला भाडेकरू आले होते. पण आम्ही त्यांना घर दिलं नाही. तुम्ही बाहेर भाडं देत होता, त्या ऐवजी आम्हाला भाडं द्या. मी मुंबईला फ्लॅट घेतलाय. त्याचाही हप्ता असतो. माझा पगार पुरत नाही. मलाही अडचणी आहेत."

तो असं म्हणताच पंडा मिस्त्रींची पायाखालची जमीनच सरकली. त्यांचं डोकं गरगरायला लागलं, सगळं अवसानच गळालं. 'आपल्या वंशाचा दिवा म्हणून लाडानं वाढवला. सगळं त्याच्या नावावर केलं. म्हातारपणी तो सांभाळेल, अंतर देणार नाही म्हणून. पण झालं उलटंच! माझ्याच घराचं भाडं मला द्यावं लागणार. त्याच्या नावावर केलं, म्हणजे तो मालक झाला काय?' पण पंडा मिस्त्री काहीच बोलले नाहीत. त्यांनी सामान आवरलं आणि शांताक्काला खुणावलं. चावी पोराकडं द्यायला लावली आणि स्वतःचं घर त्यांनी सोडलं.

शांताक्का आणि पंडा मिस्त्री पुन्हा भाड्याच्या घरात राहायला आले. पुन्हा पोट-पाणी सुरू! मोटर काढायच्या, दुरुस्त करायच्या.

मोहननं गावातल्याच एका डॉक्टरला घर भाड्यानं दिलं. जमीनही भाड्यानं करायला दिली. पंडा मिस्त्री आणि शांताक्काच्या डोळ्यादेखत मुलानं सर्व जमीन हडप केली. त्यानं मुंबईला जाताना दोन एकर जमीन विकली. बापाचा विचार केला नाही, आईचा विचार केला नाही. बायकोसाठी गडी एकटा जगत होता. सहन करण्यापलीकडं गेल्यावर

मग हे दोघं माझ्याकडं म्हणजेच वकिलांकडं आले होते.

आठवड्याभरानं कागदपत्रं घेऊन ते पुन्हा आले. मी त्यांना ज्येष्ठ नागरिक कायदा २००५ च्या कलमाप्रमाणं अर्ज करून दिला. कुठं जायचं, अर्ज कसा नोंदवायचा हे सगळं सांगितलं आणि काही अडचण आल्यास त्यांना फोन करायला सांगितला.

दोन दिवसांनी त्यांचा फोन आला. केस फाईल झाली. त्याला प्रांतानी नोटीस काढली. ती केस तीन महिने चालली. बापाच्या केसला पोरानं जोरदार उत्तर दिलं. 'बाप बाहेरख्याली आहे, व्यसनी आहे. त्याला स्वतःचं हित-अनहित कळेनासं झालं आहे. तो धडधाकट आहे, कमावता आहे.' असे नको नको ते आरोप त्यानं बापावर केले होते.

शेवटी केसचा निकाल लागला आणि मोहननं आई-वडिलांना दरमहा पंधरा हजार द्यावेत असा आदेश झाला. त्यामुळं बऱ्याच दिवसांनी दोघंही आज आनंदी होते. पंडा मिस्त्रींच्या चेहऱ्यावर तर विलक्षण चमक होती. ते बघून मलाही समाधान वाटलं.

पाच-सहा महिने असेच गेले. मोहननं पैसे भरले नाहीत. त्यामुळं वॉरंट निघालं आणि त्याला पोलिसांनी पकडून आणलं. मग तो वेळच्या वेळी पैसे भरू लागला. दर महिन्याला दोघांना पेन्शन सुरू झाली. त्यांना आता काम करायची आवश्यकता नव्हती. कायद्यानंच दोघांची सोय केली होती. आता माझा रोल संपला होता. मी त्यांना न्याय मिळवून दिला होता, माझं कर्तव्य संपलं होतं.

या गोष्टीला वर्ष-दीड वर्ष झालं असेल. एके दिवशी पुन्हा ते दोघं ऑफिसला आले. पंडा मिस्त्री तणावात होते आणि शांताक्का गप्प होत्या. मला वाटलं परत काहीतरी झालं असावं. पंडा मिस्त्री बसले. मी त्यांना म्हटलं,

"बोला, कसं चाललंय?"

त्यावर पंडा मिस्त्री म्हणाले, "ठीक आहे; पण आम्हाला तो अर्ज चालवायचा नाही. आम्हाला पोटगी नको आहे."

मला आश्चर्यच वाटलं. त्यांच्या बोलण्यावर माझा विश्वासच बसेना. मी विचारलं,

"काय झालंय नेमकं?"

ते म्हणाले, "काहीच नाही. फक्त आमचे प्रयत्न वाया गेले, म्हणून पोटगी नको आहे. एवढंच नव्हे, तर आतापर्यंत तेरा महिन्याची पोटगी त्यानं भरली आहे. तेही पैसे त्याला परत करायचे आहेत. आम्हाला त्याचा एक रुपया नको आहे."

मी अवाक् झालो. खोदून खोदून विचारलं, तेव्हा पंडा मिस्त्री सांगू लागले,

"केस केल्यावर कायद्याच्या धाकानं तरी पोरगा सुधारेल असं वाटलं होतं. पोटगीसाठी अर्ज नव्हता केला साहेब. पोटगी द्यायला लागली, तर पोरगा सुधारेल असं वाटलं होतं म्हणून मी अर्ज केला होता. त्याच्यासाठी आयुष्यभर खस्ता खात आलोय. तो सुधारावा,

त्यानं आई-बापाला विसरू नये, प्रपंच नेटका करावा, यापेक्षा दुसरी काहीच अपेक्षा नाही. त्याच्या पोटगीवर आम्ही नाही जगणार. अजूनही कष्ट करू शकतोय. आमच्यात तेवढी धमक पण आहे. एकुलता एक आहे म्हणून नव्हे, तर तो काळजाचा तुकडा म्हणून त्याच्याकडं बघितलं होतं. म्हातारपणीची काठी म्हणून त्याचा विचार केला होता. पण तो तर उफराट्या काळजाचा निघाला. त्याच्यात काहीच सुधारणा झाली नाही. त्याचा पैसा नको आम्हाला. म्हणून आम्ही खूप विचार केला. तो अर्ज तुम्ही रद्द करा आणि त्याचे पैसे परत करा." असं म्हणून मिस्त्रींनी ते पैशाचं पुडकं टेबलावर ठेवलं.

मी नाईलाजानं अर्ज केला आणि त्यांच्याजवळ दिला. अर्ज घेऊन ते दोघंही निघू लागले. त्यांना मी जाताना म्हटलं, "या कधीही. काही अडचण आल्यास कळवा."

पंडा मिस्त्री पाठमोरे झाले. त्यांचे खांदे झुकलेले होते. ते तिरके चालत होते. त्यांच्या मागोमाग शांताक्का होत्या, सावलीसारख्या! मिस्त्रींचा खंबीरपणा मला भावला. पोरानं टाकून दिलं; पण म्हातारा डगमगला नाही, हरला नाही. लढत राहिला, बापाचं काळीज जपत राहिला. त्यांनी संघर्ष केला; पण कटुता येऊ दिली नाही. मला ते पहाडासारखे वाटले. बाहेर आभाळ दाटून आलेलं होतं. पंडा मिस्त्री दिसेनासे झाले आणि मी ऑफिसचा दरवाजा पुढं ढकलला.

या घटनेला दोन-तीन वर्षं झाली असतील. एका सकाळी पंडा मिस्त्री आणि शांताक्का ऑफिसला आल्या. शांताक्काला किमती साडी, पंडा मिस्त्रींचे पांढरेशुभ्र कपडे, हातात एक अंगठी, तोंडात पान. मारुती अल्टो गाडी आणि बरोबर ड्रायव्हर होता. आल्यावर त्यांनी मला नमस्कार केला. मग मी पण नमस्कार केला. ते मला म्हणाले,

"शिरगावला निघालो होतो. जाताना तुमची आठवण आली. सहज भेटून जावं म्हणून आलोय."

मी म्हटलं, "बसा. तुम्ही आलात, खूप बरं वाटलं."

मी घरी चहा ठेवायला सांगितला आणि म्हटलं, "खूपच बदल झालाय मिस्त्री तुमच्यात. मुलगा आणि सुनेनं मुंबईला नेलं की काय?"

ते म्हणाले, "नाही हो. मुंबईच माझ्याकडं आली."

मी म्हणालो, "कसं काय?"

मग ते सांगू लागले,

"त्याचे पैसे परत केले. मुलगा नाहीच अशी मनाची समजूत केली. दोघंही जोमानं कामाला लागलो. हिलाही मदत करायला शिकवलं. दिवसाला दोन-तीन मोटरी बाजूला काढत होतो. अचानक एके दिवशी पोस्टमन आला आणि लिफाफा देऊन गेला. बघतोय तर इन्शुरन्स कंपनीनं पत्र पाठवलं होतं. बंद पडलेल्या कंपनीवर कोणीतरी केस केली

होती. नंतर कंपनी सुरू झाली आणि सगळ्यांचंच देणं द्यायचं, असं कंपनीनं ठरवलं होतं. त्यामुळं त्यात माझाही नंबर लागला. १६ लाख मिळाले. मग दोघांनी ठरवलं, की आता दुसऱ्या कुणासाठीही जगायचं नाही, स्वतःसाठी जगायचं. मग गाडी घेतली, दीड गुंठा प्लॉट घेऊन घर बांधलं.

आता आम्ही निवांत राहतो. पै-पाहुण्यांना भेटतो, देवाधर्माला जातो. दर महिन्याला पंढरपूर किंवा आळंदी...''

त्यांना मध्येच थांबवत मी म्हणालो, "चिरंजीवांचं काय चालू आहे?''

पंडा मिस्त्री म्हणाले, "त्याला कंपनीनं कामावरून काढून टाकलं. मग त्यानं फ्लॅट विकला. तोही पैसा घालवला. मग गावी आला. आता स्टेशनरीचं छोटं दुकान टाकलंय. त्याची बायको फॅशन डिझायनिंग करते. त्याला एक मुलगी झाली. ती आमच्याकडंच असते. तो आमच्याकडं आला नाही; पण नातीसाठी आम्ही त्याच्याकडं जातो. नातीच्या नावावर दोन लाखाची एफडी केलीय. बोलणं चालणं आहे. पण... जाऊ दे.''

तोपर्यंत चहा आला आणि सर्वांनी चहा घेतला. निरोप घेताना पंडा मिस्त्री म्हणाले,

"खरं सांगू? भेटून वडिलकीच्या नात्यानं एक सल्ला द्यावा म्हणून आलो होतो. एक वकील म्हणून तू सर्वांना सल्ला देत असशील; पण तरीही तुला एक सांगावंसं वाटलं म्हणून आलोय. तुलाही बायको-मुलं आहेत. मुलं मोठी होतील. त्यांच्यासाठी अवश्य ते सगळं कर; पण हे करत असताना त्यांना 'एकवेळ जेवणाचं ताट दे; पण बसायचा पाट देऊ नको.'''

पंडा मिस्त्री निघून गेले आणि त्यांची गाडी दिसेनाशी होईपर्यंत मी बघत होतो.

ooo

जेपी

एका सरकारी वकिलांचा निरोप समारंभाचा कार्यक्रम होता. सर्वच वकील मंडळींना कार्यक्रमाचं निमंत्रण होतं. जिल्ह्यातील सर्व बार मंडळाला पाचारण केलं होतं. खरं म्हणजे दर तीन वर्षाला सरकारी वकील बदलत असतात आणि नवीन येत असतात. जुने वकील कुठंतरी जिल्ह्यात किंवा जिल्ह्याबाहेर जात असतात. शासन नियमाप्रमाणं ही परंपरा आहे. त्यामुळं सरकारी वकिलांना 'जाहीर निरोप समारंभ', असा कार्यक्रम कधी होत नाही. खाजगीमध्ये एखादा बुके दिला जातो. बऱ्याच वेळा सरकारी वकिलांची बदली झालेली पण माहीत नसते.

पण हा निरोप समारंभ वेगळाच होता. बऱ्याच वकिलांना वाटलं, की सत्कारमूर्ती पैसेवाली असणार. त्याशिवाय असा समारंभ घेणार नाहीत किंवा या सरकारी वकिलांना प्रसिद्धीची हाव असणार. त्याशिवाय असा खर्च करणार नाहीत. वकील मंडळींमध्ये तर्कवितर्क सुरू होते; पण अंदाज येत नव्हता. अनेक चर्चा सुरू होत्या. कार्यक्रम जवळ येईल, तसं चर्चेला जास्तच उधाण आलं. पैसेवाले वकील म्हणावं, तर बार मंडळानंच कार्यक्रम घेतला होता. तो काही खाजगी कार्यक्रम नव्हता. त्यामुळं कोणालाच ठोस मुद्दा सापडत नव्हता.

कार्यक्रम दोन दिवसांवर आला होता. एके दिवशी त्यांच्या बारमधील नवले वकील

आले होते. मी त्यांना विचारलं,

"एवढा मोठा कार्यक्रम कसा काय हो? सरकारी वकिलांच्या निरोपाचा एवढा मोठा कार्यक्रम कधी ऐकिवात पण नाही."

ते म्हणाले, "होय. तुम्ही म्हणता ते बरोबर आहे. परंतु हा सरकारी वकील आहेच तसा. तीन वर्षांत त्यानं आमच्या बारच्या सर्व वकिलांना जिंकलं. फौजदारी प्रॅक्टीस करणारे सोडाच, सिव्हीलवाले पण त्यांचे क्लोज फ्रेंड झालेत. वकील म्हणून ते प्रख्यात आहेतच; पण माणूस म्हणूनही अवलिया आहेत. तुम्ही जरूर या कार्यक्रमाला. तुम्हाला त्या वल्लीची ओळख करून देतो."

मला खूपच उत्सुकता लागून राहिली. सरकारी वकील म्हटले, की कागदपत्रं पाहून युक्तिवाद करतो आणि 'तारीख द्यावी' असं म्हणणारे डोळ्यासमोर येतात. काहीजण आरोपींच्या वकिलांबरोबर बोलत पण नाहीत. त्यांना तसं बोलणं कमीपणाचं वाटतं. काहीजण तर त्यांच्या बोर्डाला हात लावू देत नाहीत. 'हा स्पेशल आमचा बोर्ड आहे. तुम्ही तुमचा बोर्ड बघा' असं म्हणतात. काहीजण तारीख घेताना आरोपींच्या वकिलांना अडचणीत आणतात. 'आरोपींचे वकील म्हणजे एक प्रकारे आरोपीच' अशी त्यांची धारणा झालेली असते. काहीजण तर आरोपींच्या जामीन अर्जावर एक-दोन दिवस म्हणणं देत नाहीत. त्यामुळं सरकारी वकील आणि आरोपींचे वकील यांच्यात फार सख्य नसतं. सख्य असलं, तरी ते तात्पुरतं असतं. काही ठिकाणी देण्या-घेण्याचा व्यवहार असतो. त्या मॅटरपुरते ते नम्र असतात. अर्थातच ही परिस्थिती अपवादात्मक असते. सगळेच सरकारी वकील असे नसतात. बरेच जण अत्यंत प्रामाणिक आणि प्रॉम्प्ट पण आहेत. परंतु एखाद्या सरकारी वकीलाची बदली झाल्यावर जाहीर कार्यक्रम? अविश्वसनीयच!

मी नवले सरांना म्हणालो, "तुमचं काम झालं असेल, तर चहा घेऊ या का?"

ते म्हणाले, "बोर्डच अॅडजॉर्न झालाय. मी निवांतच आहे. तुम्हाला वेळ असेल तर चला."

मग आम्ही चहाला गेलो. कॅन्टीनमध्ये गर्दी होती. बरेच पक्षकार, जेन्ट्स, लेडीज, वकील बसले होते. चर्चा चालू होत्या. काही वकील मंडळी कागदपत्रं पाहत होती. पक्षकार चहा-नाश्ता करत होते. कॅन्टीनमध्ये सगळा गोंधळ सुरू होता. कोलाहल माजला होता. मला तर निवांत चर्चा करायची होती. मग आम्ही फॅमिली रूममध्ये गेलो. तिथं शांतता होती. कोपऱ्यात एक टेबल पाहिलं आणि तिथं आम्ही बसलो. मी दोन ब्लॅक टी मागवले. मग म्हणालो,

"बोला आता. आठ दिवसांपूर्वी निमंत्रणपत्रिका पाहिल्यापासून मला जिज्ञासा होती. असा कोण आहे तो सरकारी वकील? पैसेवाला आहे, का काही राजकीय लागेबांधे

आहेत? पत्रिका छापून कार्यक्रम, म्हणजे नक्कीच वेगळं प्रकरण आहे."

नवले सर म्हणाले, "तुम्ही म्हणता ते काही अंशी खरं आहे; पण तुम्ही केलेले तर्क चुकीचे आहेत. गडी साधाच आहे; पण एकदम टॅलेंटेड. अगदी ऑनेस्ट! तुम्ही एकदा भेटा. तुमची तर वेवलेंथ लगेच जुळेल."

मी मध्येच म्हणालो, "पण असं काय वेगळेपण आहे त्यांच्याकडं?"

ते म्हणाले, "सांगतो. सगळं सांगतो."

असं म्हणून त्यांनी ब्लॅक टीचे घोट घेत घेत सांगायला सुरुवात केली.

"तीन वर्षांपूर्वी ते यवतमाळहून इकडं आले. साधा हाफ शर्ट, हातात काळ्या पट्ट्याचं घड्याळ, केसाला तेल, पायात साधे ब्लॅक शूज आणि कायम हसतमुख चेहरा. त्यांचं नक्की नेटीव्ह कोणतं, ते कोणालाच माहीत नाही. त्यांनीही कधी सांगितलं नाही. जयवंत पांडुरंग देसाई असं त्यांचं नाव. पण सर्वजण त्यांना पीपी (पब्लिक प्रॉसिक्युटर) ऐवजी जेपी या नावानंच बोलावतात आणि ओळखतात.

ज्या दिवशी त्यांनी चार्ज घेतला, त्या दिवशी योगायोगानं माझंच एक रिमांडचं काम होतं. मॅटर आयपीसी ३७९ चा (जबरी चोरी) होता. अगोदर दोन वेळा पीसी (पोलीस कस्टडी) दिली होती. त्या दिवशी आरोपींना एमसीआर (न्यायालयीन कोठडी) मिळाला. मी लगेच जामीन अर्ज ठेवला. न्यायालयानं तपास अधिकारी आणि सरकारी वकिलांचं म्हणणं देणे कामी ऑर्डर केली. तत्क्षणी जेपींनी आपलं म्हणणं देऊन टाकलं. मला

आश्चर्य वाटलं. कोर्टही त्यांच्याकडं पाहत होतं. कदाचित कोर्टाचा समज झाला असावा, की माझी आणि त्यांची फार जुनी ओळख आहे. त्या दिवशी तपास अधिकाऱ्याचं म्हणणं मात्र लवकर आलं नाही. त्यामुळं मॅटर दुसऱ्या दिवशी ठेवला.

मग आम्ही बाहेर आलो. कोर्टाबाहेर आल्यानंतर मी जेपींना विचारलं,

"म्हणणं अगोदरच तयार होतं का?"

ते म्हणाले, "होय. मी आल्यावर सकाळीच सगळ्या फाइल्स पहिल्या होत्या. त्यामध्ये तुमची फाईल होती. एमसीआर (न्यायालयीन कोठडी) होणार हे माहीत होतं. मग कशाकरता विलंब लावा." मला तो पहिला धक्का होता. त्यानंतर जेपी प्रत्येकालाच असे धक्के देत राहिले.

एकदा कोर्टापुढं सिव्हील मॅटर चालू होता. तो बॉण्ड्री फिक्सेशन (हद्दी कायम करणेचा) दावा होता. प्रतिवादी हा वारंवार हद्दीच्या खुणा उपटीत होता. जेपींनी पूर्ण युक्तिवाद ऐकला. त्यांनी दुपारी लंचच्यावेळी वादीच्या वकिलांना बोलावलं आणि म्हणाले,

"तुम्ही आयपीसी ४३४ प्रमाणे प्रायव्हेट कम्पलेंट (कोर्टात डायरेक्ट फौजदारी तक्रार) का करत नाही? तुमच्याकडं ठोस पुरावा आहे. दावा चालू असतानाही प्रायव्हेट केस चालू शकते. दाव्याचा निकाल लागण्याअगोदर प्रतिवादीला शिक्षा होईल. तुम्ही कंप्लेंट केली, तर इश्यु नक्की प्रोसेस होईल."

आणि तुम्हाला सांगतो, खरंच तसं झालं. वादीच्या वकिलांनी प्रायव्हेट कम्पलेंट केली आणि तीन महिन्यांत तो मॅटर कॉम्प्रमाईज झाला.

ते असेच सर्वांना सहकार्य करतात. आरोपीच्या वकिलांनासुद्धा अशीच मदत करतात."

मी म्हणालो, "अशा सहकार्यानं कन्व्हिक्शन रेट कमीच असणार."

ते म्हणाले, "साफ चूक. अहो, जेपी असल्यानंतर आरोपीचे वकील झोपत नाहीत. त्यांना चांगलीच तयारी करावी लागते. तरीही जेपी म्हटलं, की शिक्षा ही ठरलेलीच. त्यामुळं सगळेच वकील त्यांच्याशी अदबीनं वागतात. कधीकधी दुसऱ्या फौजदारी केसमध्ये युक्तिवाद असला, तर जेपी मागं बसतात. शांतपणे दोन्ही बाजू ऐकतात. मग ते पुन्हा लंचच्यावेळी आरोपीच्या वकिलांना बोलावतात. युक्तिवादामध्ये निसटलेले मुद्दे सांगतात. एफआयआरमधील 'लो पुल्स' शोधण्याचं तंत्र सांगतात. सर्वोच्च न्यायालयाचे काही निवाडे देतात. त्यामुळं आरोपीचा वकील भारावून जातो.

बाहेरच्या बारमधले पण जेपींचे काही दोस्त झालेत. जेपींच्या ऑफिसला अशी दोघा-चौघांची कायम गर्दी असते. काहीजण क्रिमिनल, तर काहीजण सिव्हीलमध्ये चर्चा करण्यास आलेले असतात. जेपी त्यांना समजावतात. केस लॉ सांगतात. काहीवेळा

वेगळ्या प्रोव्हिजन पण सांगतात."

चहा संपवताना मी म्हटलं, "खरंच वेगळी वल्ली आहे. एकदा भेटलं पाहिजे."

ते म्हणाले, "जरूर भेटा सर. न्याय क्षेत्रात अशी ही माणसं पाहून तुम्हाला आश्चर्य वाटेल."

नवले सर पुढं म्हणाले, "आणखी एक प्रसंग सांगतो. एक 'कलम ३२६', गंभीर दुखापतीचा मॅटर होता. फिर्यादीचा नदीमध्ये नाव चालवण्याचा धंदा होता. तो खेड्यातला होता. गावाकडं शेती नव्हतीच. त्यामुळं हा नोकरीनिमित्त शहरात आलेला होता. घरी पत्नी, दोन मुलं आणि हा स्वतः भाड्यानं राहत होता. एके दिवशी रात्री घराशेजारी जोरात भांडणं लागली. तेव्हा हा सोडवायला गेला. 'तू मध्ये का आला' म्हणून यालाच बेदम मारलं. इतकं, की याचा हात फ्रॅक्चर झाला. बाकीच्या बऱ्याच ठिकाणी जखमा झाल्या. दोन महिने दवाखान्यात गेले. नंतर केस आली आणि दोन वर्षांत निकाल लागला. आरोपींना शिक्षाही झाली. पण हा गडी घरी बसूनच राहिला. हातच गेल्यामुळे नावेचा धंदा बंद पडला.

जेपींना हे समजलं. एके दिवशी जेपी त्याच्या घराकडं गेले आणि म्हणाले,

"तू कोणतातरी छोटा व्यवसाय टाक. मी मदत करतो. कारण तुझ्यापुढं दुसरा पर्याय नाही. तुला गावाकडं पण काही नाही."

त्यावर तो हो म्हणाला, मग जेपींनी त्याला चाळीस हजार रुपये दिले. 'आणखी लागले तर विना संकोच सांग' असंही म्हणाले. त्या फिर्यादीनं मग पान शॉप काढलं. त्यानं त्याला नावही 'जेपी पान शॉप' असंच दिलं. जेपींनी बऱ्याच जणांना तिथं पान खाण्यासाठी नेलं आहे. तुमची ओळख झाल्यानंतर कदाचित तुम्हालाही ते तिथं घेऊन जातील."

बराच वेळ आमच्या गप्पा रंगल्या होत्या. मग मी दुसऱ्यांदा चहाची ऑर्डर दिली आणि सोबत बिस्कीटं पण सांगितली. ते पुढं सांगू लागले,

"एकदा असाच 'कलम ४९८, ३०४ ए' हुंडाबळीचा मॅटर होता. बायकोनं पेटवून घेऊन सुसाईड केली होती. तिनं दवाखान्यात मरतेवेळी नवरा आणि सासूचं नाव घेतलं होतं. सासरा नव्हताच. तिच्या लग्नाअगोदरच तो मयत झाला होता. घरी नवरा, सासू आणि एक मुलगा होता. ॲडमिट केल्यावर तीन-चार दिवसातच तिची डेथ झाली. कोर्टात केस उभी राहिली. नवरा आणि सासूनं जिल्ह्यातील नामांकित वकील दिले. सरकारी वकील म्हणून जेपींची अपॉइंटमेंट झाली. आरोपींच्या वकिलांनी खूप प्रयत्न केले. उलट तपासापासून ते युक्तिवादापर्यंत कोर्ट हॉल वकिलांनी भरलेला असायचा. आरोपींच्या वकिलांचं शेवटचं आर्ग्युमेंट तर दोन दिवस चाललं. पण जेपींच्या हातखंड्यापुढं त्यांचा निभाव लागला नाही. दोन्ही आरोपींना जन्मठेपेची शिक्षा झाली. मग आम्ही सगळ्यांनी

जेपींचं अभिनंदन करण्याचं ठरवलं. पण जेपी तीन दिवस आलेच नाहीत. चौकशी केली, तर रजाही टाकली नव्हती. जेपी एकाएकीच गायब झाले. असं कधीच घडलं नव्हतं. मग बारमध्ये तर्कवितर्क सुरू झाले. तीन दिवसांनी जेपी प्रकट झाले. सगळ्यांनाच आतुरता होती, की ते कुठं गेले होते? कशासाठी गेले होते? एकाएकी काय घडलं?

दुपारी लंचच्या वेळी आम्ही जेपींकडं गेलो. लंच झाल्यावर मूळ प्रश्नाला हात घातला. आमच्यापैकी एक जणानं विचारलं,

"आम्ही अभिनंदन करणार म्हणून पळून गेला की काय?"

जेपी म्हणाले, "नाही. तसं काही नाही. ज्या केसमध्ये आरोपींना शिक्षा झाली, त्याच केसमध्ये एक काम होतं. म्हणून दोन दिवस तिकडंच गेलो होतो."

मग बराच गोंधळ सुरू झाला. 'कसलं काम? नंतर आणि काय झालं?' त्यामुळं जेपी गोंधळून गेले. ते म्हणाले,

"थांबा थोडं. शांत व्हा. सगळं सांगतो." आणि मग ते सांगू लागले,

"तो मॅटर युक्तिवादावर होता. निकालाला अजून आठवडाभर तरी अवधी होता. एके दिवशी संध्याकाळी दोन्ही आरोपी माझ्या घरी आले आणि म्हणाले,

"काहीही करा; पण आम्हाला शिक्षेपासून वाचवा. सून गेली. ती काही परत येणार नाही. घरी दहा वर्षांचं पोरगं एकटंच आहे. आम्ही दोघंही तुरुंगात गेलो, तर मुलाचं काय होईल? मुलाचे मामा, आजोबा तर अगोदरच तुटलेले आहेत. ते त्याचा सांभाळ करणार नाहीत. शिक्षा झाली, तर अपील करायला आमच्याकडं पैसे पण नाहीत. लोहार काम करून जगणारी आम्ही माणसं. पैसा तर नको का? होता नव्हता तेवढा पैसा आतापर्यंत गेला. आमचे वकील म्हणाले, 'शिक्षा झाली तर अपील करावी लागणार. अपिलामध्ये आतापेक्षा जास्त फी द्यावी लागेल.' आम्ही त्याच वेळी ठरवलं की तुमची गाठ घ्यायची. तुम्ही ऐकलं तर ठीक. नाही तर नशिबात जसं असेल तसं."

मग मी त्यांची समजूत काढली आणि म्हणालो,

"तुमच्या वकील साहेबांशी बोला. माझे हात कायद्यानं बांधले आहेत. मी तुमच्यासाठी काहीच करू शकत नाही. तुम्ही मुळातच चुकीच्या ठिकाणी आला आहात."

मी त्यांना पाणीही न देता परत पाठवलं आणि नंतर ही गोष्ट मी विसरूनही गेलो.

केसमध्ये युक्तिवाद झाला आणि जजमेंटला तारीख दिली. तारखेदिवशी दोन्ही आरोपींना शिक्षा झाली आणि लख्खकन् आठवलं, की आरोपी अपील करणार नाहीत. त्या दहा वर्षांच्या मुलाचा चेहरा नजरेसमोर दिसायला लागला. त्यामुळं फार अस्वस्थ झालो.

मी तसाच कोर्टातून बाहेर पडलो आणि आरोपींचा पत्ता शोधत शोधत त्यांच्या घरी

गेलो. दुपारचे चार वाजलेले होते. आरोपीचं पत्राशेड वजा घर होतं. मुलगा अंगणात खेळत होता. त्याला काय माहीत की आज्जी आणि वडील कुठं आहेत? मी मुलाला सांगितलं, 'मी तुझा लांबचा मामा आहे. तुझे वडील आणि आज्जी लवकर येणार नाहीत. तू माझ्याबरोबर आमच्या गावी चल. तिथं खेळायला आमचं बाळ आहे.' असं म्हटल्यावर तो मुलगा तयार झाला.

सरळ घरी आलो आणि पत्नीला सगळी हकीकत सांगितली. आम्हाला एकच मुलगी आहे. मी पत्नीला म्हणालो,

"याची आई देवाघरी गेली. वडील आणि आज्जी तुरुंगात गेले. या बाळाचा काय दोष? आपण याला आपला मुलगा म्हणून सांभाळूया."

पत्नीनं पण लगेच होकार दिला. त्यात दोन-तीन दिवस गेले आणि मग आज ड्युटीवर हजर झालो."

जेपींची ही कहाणी ऐकून मी थक्क झालो. आता कॅन्टीनमधली गर्दी पूर्ण ओसरली होती. एक-दोन ग्राहक काहीतरी खात बसले होते. सगळीकडं शांतता पसरली होती. आमचा चहा केव्हाच संपला होता. असाही सरकारी वकील असू शकतो? मी विचार करत होतो.

थोड्यावेळानं आम्ही उठलो आणि मी काऊंटरला बिल दिलं. बाहेर पडल्यानंतर म्हणालो,

"आता मात्र कार्यक्रमाला नक्की येणार. मी एकटाच नव्हे, तर आमच्या बारमधील सर्वांना घेऊन येतो. मलाच नव्हे, तर आम्हा सगळ्यांनाच त्या कार्यक्रमाची खूप उत्सुकता लागली आहे."

०००

पाऊस

चार वाजून गेले असतील. आभाळात पांढरं-पांढरं कापसागत ढग जमायला लागलेलं, वाऱ्यानं झाडं हलवायला सुरुवात केलेली, त्याच्यासंगट रस्त्यावरचा तांबूस धुरळा, पालापाचोळा उडाय लागलेला. सगळ्या शिवारात लालभडक धुरळा, शेतात गेलेली माणसं गुरं-ढोरं घेऊन घराकडं पळायला लागलेली. बाहेर सगळी अशी धावपळ उठलेली होती.

भीमा पण इथंच सोप्यात बसलाय. तो आत्ताच द्राक्षबागेतनं आलाय. रस्त्यावरची धावपळ त्याला दिसतीया. आभाळानं पावसाचं सावट उभारल्यालं दिसतंय; पण त्यो मातूर अगदी शांत हाय. वरनं-वरनं शांत; पण आत काळीज पेटलेलं. त्यावर बाहेरचा सगळा पाऊस वतला, तरी ईजायचं न्हाय असं.

गावच्या अगदी खालच्या बाजूला याचं घर. घर कसलं? आडोसा म्हणून केल्यालं सपारच. त्यावर साधी कौलं. बाहेरच्या बाजूला चार पत्र्याची पानं टाकून केलेला सोपा आणि त्यात एक म्हस. मरायला टेकलेली दोन बैलं. त्यांच्यापुढं वाळल्याली वैरण पडलीया. भूकंच्या पोटी आडवातिडवा घास करून खायला लागलेली. सोप्याच्या आतल्या बाजूला चूल. त्याच्याव बायको स्वयंपाक करतीया. चुलीत फूकून फूकून तिचं डोळं लाल झाल्यालं नि सगळ्या घरात धूरच धूर. फाक्कदिशी चूल पेटली, की घरातल्या अंधाराचं पोट फाडून उजेड दिसायचा आणि वाऱ्याच्या सपकाऱ्यानं पुन्हा चूल इजायची. बाहेर वाऱ्यानं आकांड-

तांडव घातलंय. भीमाच्या काळजात पण असंच वादळ होतं. पण बायकोला यातलं काहीच दिसत नव्हतं.

घरचा जमीनजुमला बेताचाच होता. चार एकर जमीन; पण सगळी पावसाच्याच जीवावर. उन्हाळ्यात गावात पाण्याचा टिपूससुदिक राहत नाही. सरपंचानं तालुक्याला दोन चार हेलपाटं मारल्यावर टँकर यायचा. उन्हाळ्यात टँकरचं खडूळशार पाणी मिळायचं. कसलं हाय? काय हाय? ते बघायचं न्हाय. सरकार पाणी देतंय, याचीच मेहेरबानी मानून प्यायचं. मग कुठला तरी रोग ठरलेलाच!

मिरगानं साथ चांगली दिली, तर दोन-चार पोती ज्वारी व्हायची. त्याच रानात पुन्हा हरभरा, नाही तर गहू टाकायचा. त्याची एक-दोन पोती व्हायची. कसंबसं पोटापुरतं व्हायचं. आणखी घरातलं किडूक-मिडूक बघायसाठी रोजगार करायचा. त्यातनं पोरग्याच्या शाळेचा खर्च. घरात तीन पोरी, त्यांचा कपडालत्ता. बैलांचा भरडा होता. औता काडीचं होतं. आणखी काय घरात अडलं नडलं असायचं, असं सारं भीमाला घाण्याच्या बैलागत वढायला लागायचं.

अवंदाचं वरीस तसं जाचकच गेलं. दरवर्षी तसं बेस चालायचं. नाही म्हटलं, तरी पोटापुरतं पिकायचं. वरसातनं दोन-चार वेळा रोजगार केला तरी घरखर्च भागायचा. पण कालपासनं त्याचा जीवच टांगल्याला. काळजाचं पाणी पाणी झाल्यालं होतं. तसं झालंच होतं. काल सकाळी त्याच्या हातात पोस्टमननं कागद दिला. 'काय असंल?' म्हणून पोराकडून वाचून घेतला. 'निलावाची नोटीस' म्हणल्यावर काळजात चर्रर्र झालं. तो जागच्या जागीच हतबल झाला. त्याला वाटलं, 'कशाला या फंदात पडलो कुणास ठाऊक? शिरपा नानाच्या नादाला लागून सगळं केलं. पण निस्तारायला आपल्याच वाटंला आलं. घरात हूता नव्हता तो दागिना गहाण ठेवून वर बँकेचं कर्ज घेऊन आपण द्राक्षबाग टाकली. पण चार वरसात एकदा पण भरघोस पीक नाही. हिरीला पंधरा हजार आणि बागंसाठी पंचवीस हजार, अशा चाळीस हजाराचं डोक्यावर वझं. पहिल्यावर्षी पाणी बक्कळ लागलं. म्हणून बोर पण मारलं. मातुर बागंनं हात दिला नाही.

पहिल्या वर्षी असंच हूतं. पण दुसऱ्या वर्षापासून पैसाच पैसा, अशी मनाची समजूत काढली. दोन वर्षं अशीच गेली. तिसऱ्या वर्षी पीक आलं अन् दरानं बोंब मारली. मुंबईकडचे का कुठलेतरी दलाल आले आणि त्यांनी फुकटातच बाग लुबाडली.

आन् ह्या वर्षी मिरुग निघून सात-आठ महिनं झालं, तरी पावसानं तोंड दावलं न्हाय. माणसं उदास नजरनं वर बघत हूती. धाडस करून कायजणांनी तसंच पेरलं, कोरड्यातच बी टाकलं. पण सगळं वाया गेलं. द्राक्ष बागायतदारांची तर झोपच उडाल्याली. प्रत्येकाच्या कुवतीनं कुणी टँकरनं पाणी घातलं, तर कुणी तसंच राहिलं.'

भीमानं दोन महिने अशीच बाग सांभाळली. उसनंपासनं करून पाणी पुरीवलं. डोक्यावर

कर्ज हुतं; पण आवंदा बागंनं जोम धरला, की सगळं फेडायचं. पोरगा शिक्षण संपवून आलाय. त्याला मोठा हाफिसर बनवायचा. पण सगळंच उलटं झालं. पोराला नोकरी लागता लागंना. त्याला सांगून बघितलं; पण तो म्हणतोय,

"काय आहे शेतीत? रात्रंदिवस हाडं सुट्टी सुट्टी होईपर्यंत राबराब राबायचं. हाडाची काडं झाली, तरी मातीत खपायचं. त्याच मातीत शेवटी गाडून घ्यायचं. कुठल्याही हापिसात जावा, बँकेत जावा, शेतकरी म्हटलं की कुत्रं विचारत नाही. पुढाऱ्यांची भाषणं, त्यांची आश्वासनं, दलालांचा व्यापार, प्रत्येक जण आपापल्या परीनं दुसऱ्याला ओरबाडून पैसा मिळवायला बसलेला. यातून शेतकऱ्याच्या जिवाची होणारी वाताहत कुणालाच दिसत नाही.

पैशासाठी यांनी माणुसकी विकायची. खुर्चीसाठी, सत्तेसाठी वाटेल ते करायचं. त्यांचं सगळं लक्ष निवडणुका आणि सत्ता! कुणीजरी सत्तेवर आला, तरी भारतमातेच्या उद्धारासाठी रात्रंदिवस काबाडकष्ट करणाऱ्या शेतकऱ्याला दोन वेळंचं खायला अन्न आणि कमरेला गुंडळायला साधं कापडसुद्धा देऊ शकणार नाही. याची कधी कुठल्या पुढाऱ्याला लाज वाटली आहे? इथून पुढं तरी वाटेल? मग आम्ही सुशिक्षित असून का राबायचं? राबलं तरी त्याला किंमत नाही. त्यापेक्षा दरोडं घातलेलं बरं."

भीमाला वाटलं, 'आपण याला शाळेत घालूनच फसलो. हातातोंडाशी आलेलं पोरगं वाया गेलं. काय शिकलं शाळेत जाऊन? गरीब आई-बापाची लाज, मातीत काम करण्याची शरम आणि आम्हाला खाली मान घालायला लावणाऱ्या फॅशनी. उलटी केसं आणि खिशात कंगवा!'

आता मध्यान टळून गेली हुती; पण भीमाचा डोळा लागत नव्हता. कसा लागणार? सुखाचं हुतं का हे सारं? निलाव्याची आलेली नोटीस, लग्नाला आलेल्या दोन पोरी, पोराच्या नोकरीसाठी वशिला. कुठून आणायचा पैसा? त्याच्या डोळ्यापुढं चांदण्या चमकायला लागल्या. ही काळजी आन् त्यात पावसाची भर. चार वाजायच्या टिपणाला भीमाला पण बरं वाटलं. महिनाभर तेवढंच इकतच्या पाण्याचं पैसं वाचलं. पण बाहेर पावसानं जोर केला नि ह्याची झोप उडाली. आता तर सूपानंच वततूया. अगोदरच जीवाला घोर लागलेला, त्यात पावसानं बाग झोडपून काढली तर? तोंडाला आलेलं पीक जाईल. मग कुठला पैका न् कुठलं काय?

अंथरुणातनं उठून भीमानं कंदील मोठा केला. बाहेर बघितलं, तर काळजाला बोगदा पाडणारा काळाकुट्ट अंधार. वाऱ्यानं पण कुठंतरी दडी मारल्याली आन् उपाशी कुत्रं अन्नावर तुटून पडावं, तसा ह्यो पाऊस धरणीवर तुटून पडलेला. भीमा परत आत आला आणि कंदील बारीक केला. तसाच उघड्यापनी लवंडला. बाहेर पाऊस पिसाळलेल्या वळूगत सुटलावता. पत्र्याचा ताडताड ताशा बडवल्यागत आवाज येत हुता. पावसाचं सपकारं आत येत हुतं. भीमाचं अंथरूण-पांघरूण निम्मं भिजलंय; पण याचं त्याला काहीच वाटत न्हाय.

त्यानं उठून घोंगड्याची खोळ केली. ती अंगाभोवती आवळली आन् तिथंच भिंतीला

टेकून बसला. तवर बायकोनं दार उघडून त्याला आत बोलवलं. सगळ्या सपरात पाणीच पाणी झाल्यालं. भीमानं खुरपं घेऊन बारकी वगळ केली. त्या वगळीतनं थोडं आणि हातानं थोडं असं सगळ्यांनी सपरातलं पाणी काढलं. आता पावसाचा जोर थोडा कमी झालता. कोरडं दिसंल, तिथं पोरं कलंडली. भीमापण बाजूलाच आडवा झाला. कधी डोळा लागला हे त्याला समजलं पण नाही. बायकूनं हाक दिली, तसा भीमा ताडकन उठला. आता बाहेर फटफटीत झालं हुतं. पावसाची चिटचिट चालूच हुती. कुठतरी झाडावर चिमण्या चिवचिवत हुत्या. बेडकांनी डरावनी सुरू केली हुती. सपराच्या मेडक्याला धरून तो उठला. विजार सवची केली. डोक्यावर घोंगड्याची खोळ घेतली आन् बाहेर पडायला निघाला. तसं बायकू म्हणाली, "च्या पिऊन जावा."

मग बिन तोंड धुताच कसा तर त्यानं च्या घेतला आणि तो बाहेर पडला. रासारी झोडपून काढलेली रानं गप्पगार पडली हुती. रस्त्याकडंच्या वगळी भरून वाहत हुत्या. त्यातनं तांबडं भडक पाणी सळसळत हुतं. पावसानं रस्त्यावरचा मुरूम उघडा केलेला होता. तो झाप झाप तसाच निघालाय बागंकडं. काय झालंय कुणास ठावं! वाटेत तालीची झालेली पडझड दिसत हुती. बापू दादाचा आंबा बुडक्यातनं निखाळला हुता. टेकडीवर चढून तो पुढं सरकला आणि मधल्या वाटंनं चालू लागला. पायवाट निसारडी झाल्याली आणि पायात पायताणसुदिक नव्हतं. तरीपण पाय सटासट निसटायचं. चिखलात पाय रवित तो तसाच चालत राहिला. कधी एकदा बाग बघीन असं त्याला झालं हुतं.

तो हिरीजवळ आला. पावसाच्या नव्यानव्या लालभडक पाण्यानं हीर गच्च भरल्याली. पण बाजूची दरड पार कोसळल्याली. भीमाचं काळीज फाटलं. तो तसाच पुढं गेला. मोठी ताल ओलांडून बागंजवळ आला. कडंला उभा राहून त्यानं आत नजर टाकली आणि डोळं गप्पकन झाकलं. हातापायातलं वारं गेल्यागत तिथंच खाली बसला.

पावसानं आन् वाऱ्यानं झोडपून झोडपून बाग रिती केल्याली. द्राक्षाचं सगळं घड खाली पडल्यालं. सडा पडल्यागत सगळ्या बागंत मणीच मणी. त्याच्या डोळ्यापुढं अंधारी आली. काळजावर कुणीतरी फावडं फिरवल्यागत झालं. मुठीएवढ्या काळजाचं लाखभर तुकडं-तुकडं करून सगळ्या बागंत इस्कटल्याती, असं त्याला वाटलं.

निलाव्याची नोटीस, लग्नाला आलेल्या दोन पोरी, त्यांची देणीघेणी, कारभारीण, कपडालत्ता, पोरग्याची नोकरी, त्याचा वशिला...

या सगळ्यांची चहूभवतीनं आग लागलीया आन् आपण त्यात वल्यापणी जळायला लागलोय. आता मागं उरल नुसती राख. धगधगणारी...काळीशार राख.. आपल्या नशिबागत..!

ooo

घटस्फोट

शिरीष जगदाळेंचा फोन आला, "भेटायला येणार आहे. कधी येऊ?"

मी म्हटलं, "आहे ऑफिसला. येणार असाल तर या लगेच."

ते आले. पण थोडे तणावात दिसत होते. मी म्हटलं, "बसा."

ते बसले आणि लगेच बोलू लागले,

"सून माहेरी गेली आहे. त्याला आता तीन महिने झाले. ती परत यायचं नाव काढत नाही. तिची आईसुद्धा तिचीच बाजू घेते. तिच्यासमोर तिच्या वडिलांचं काही चालत नाही. आमच्या डोक्याला खूप ताप झालाय. आमचा मुलगा नांदेडला सर्व्हिसला आहे. तोपण कंटाळलाय. तोही सोडचिठ्ठी घ्यायचं म्हणतोय. काय करावं लागेल?"

मी शांतपणे ऐकत होतो. त्यांचा उद्वेग मला दिसत होता. संपूर्ण फॅमिली टेन्शनमध्ये असल्याचं जाणवत होतं. मी विचारलं,

"घरी कोण कोण असतं?"

ते म्हणाले, "आम्ही दोघं, धाकटा मुलगा आणि सून एवढेच असतो. मुलीचं लग्न झालंय. ती तिच्या सासरी असते."

"तुमच्या मुलाला बोलवता येईल का?" असं मी विचारल्यावर ते म्हणाले,

"हो. कधीही येऊ शकतो तो."

मी म्हटलं, "मग असं करा, मुलगा आणि पत्नीला घेऊन या. आपण सविस्तर चर्चा करू आणि नोटीस पाठवू."

पण आठवडाभर ते आलेच नाहीत. अचानक एका रविवारी ते भेटायला आले. त्यांच्यासोबत त्यांचा मुलगा आणि पत्नी होती. मी त्या सर्वांना बसायला सांगितलं, सर्वजण बसले. मग मी आईला विचारलं,

"काय झालंय नेमकं?"

तर त्याची आई म्हणाली, "काहीसुद्धा झालं नाही. आम्हाला सोडचिठ्ठी द्यायची आहे."

मी म्हटलं, "मला माहीत आहे. तुम्ही त्यासाठीच आलाय; पण काय काय घडलं ते नको का सांगायला?"

मग त्या सांगायला लागल्या, "आज्जीला बघून येते, म्हणून ती माहेरी गेलीय, त्याला आज तीन महिने झाले. अजून आली नाही, का कुणाची विचारपूस केली नाही. ज्या बाईला संसार करायचा असतो, ती अशी वागेल का? घरात काय कमी आहे तिला? कोण शेतात जा म्हटलं नाही. कोण कमवून आण म्हटलं नाही. आम्ही कमवून ठेवलंय सारं. आयतं मिळालंय त्यांना. पण तिला खाता येईना आणि काय सांगायची किंवा शिकवायची तर सोयच नाही. एकदा 'भांडी व्यवस्थित घासत जा' म्हणून सांगितलं, तर दिवसभर रुसून बसली. आम्ही पण सून म्हणून दिवस काढले आहेत. दारात चप्पल वाजली, की आम्ही स्वयंपाकघर गाठायचो. हिला बाहेर जाताना 'पदर व्यवस्थित घे' असं म्हटलं तरी आवडत नाही. त्यापेक्षा नकोच आम्हाला." एवढं बोलल्यानंतर त्या दम लागून शांत झाल्या.

मी थंडपणे ऐकत होतो. शांत आवाजात मी विचारलं,

"तुमचं शिक्षण?"

"जुनी दहावी."

"मुलाचं शिक्षण?"

"बीकॉम, डीबीएम."

"सुनेचं शिक्षण?"

"बीए."

"शिरीष काकांचं?"

"एफवाय बीकॉम."

मग मी शांतूला विचारलं, "काय झालंय नेमकं?"

तो म्हणाला, "आई म्हणते ते बरोबर आहे. तीन महिन्यांत तिनं मला एकदाही फोन

केला नाही. माझा पण उचलला नाही."

मी विचारलं, "लग्न होऊन किती वर्षं झाली?"

तो म्हणाला, "दीड वर्ष झालं."

मी विचारलं, "मग तुमच्याबरोबर तिला नांदेडला का नेत नाही?"

तो म्हणाला, "आई-वडिलांना कोण बघणार? धाकट्याचं लग्न झाल्यावर नेणारच आहे. पण तोपर्यंत हिला दम कुठं निघतोय?"

मी पुन्हा विचारलं, "तुमच्या दोघांच्यात काही वाद आहेत का?"

तो म्हणाला, "नाही. काहीच नाही."

"मग तुम्ही समजावून का सांगत नाही."

"सांगितलं साहेब. भरपूर सांगितलं; पण ती ऐकत नाही."

"तुम्ही नेमकं काय सांगितलं?"

"मी सांगितलं की, आईकडं लक्ष देऊ नकोस. बोलली तर दुर्लक्ष कर. आपण सुशिक्षित आहोत.त्यांना समजून घे."

"आईला समजावून सांगितलं का?"

"होय. तिलासुद्धा सांगितलं. पण ती म्हणते, 'तुझ्या भल्यासाठीच बोलावं लागतंय. तिला बोलून काय आम्हाला आनंद होत नाही; पण नाही बोललं तर डोक्यावर बसंल. मग कळंल तुला. अजून लय टक्कं-टोनपं बघायचे आहेत.'"

मग मी शिरीषकाकांना विचारलं, "तुमचं काय मत?"

ते म्हणाले, "आता तुम्ही ऐकलंय सगळं. तिला काय कमी पडलं, म्हणून ती असं करतीय? त्यापेक्षा तिचा मार्ग तिला मोकळा आणि आमचा मार्ग आम्हाला मोकळा."

मग मी शांतूला विचारलं, "तुम्ही पदवीधर आहात. मला सांगा, घटस्फोट घेण्याइतकं तुमच्यात अंतर पडलंय काय? इतक्या टोकाची भूमिका घेण्याइतपत काय घडलंय? तुमचा पत्नीच्या चारित्र्यावर संशय आहे का?"

त्यानं 'नाही' म्हणून मान हलवली.

"मग स्वयंपाक येत नाही. ती झोपून राहते, असं काही आहे का?"

पुन्हा त्यानं 'नाही' म्हणून मान हलवली.

"तुमचं बाहेर कुठं अफेअर आहे का?"

तो 'नाही' म्हणाला.

"मग कोणत्या ठोस कारणासाठी तुम्हाला ती नको आहे?"

कुणी काहीच बोललं नाही. सगळेच गप्प झाले. थोडा वेळ असाच गेला.

मग मी सर्वांना उद्देशून म्हणालो,

"हे बघा, संसार तुम्हा लोकांचा आहे. तुम्ही आतापर्यंत कष्ट करून इथपर्यंत आणला आहे. तीन मुलं, गाडी, बंगला, मुलांच्या नोकऱ्या, समाजात प्रतिष्ठा, असं सगळं मिळवलंय. त्यामुळं या संसाराचं काय करायचं? हे तुम्ही ठरवायचं आहे.

ती मुलगी तुमच्यात सून म्हणून आली. येताना घरदार, आई-वडील, भाऊ-बहीण, नातलग, तिचा समाज, असं सगळं सगळं सोडून आली. तिचं आयुष्य इथंच विसर्जित करायचं, या भावनेनं आली. पण ती अजून कोणाची तरी मुलगी आहे. तिचं सुनेमध्ये रूपांतर व्हायला अजून अवकाश आहे. कळीचं रूपांतर फुलात व्हायला वेळ लागतो. तसंच मुलीचं रूपांतर सुनेत व्हायला पण वेळ लागतो. तो तीन-चार वर्षांचा असतो. त्या कालावधीत तिला सहकार्य करणं गरजेचं असतं. खरं म्हणजे तीच गरज मुलाच्या प्रपंचाची असते.

आता तुमच्या मुलाच्या स्वतंत्र आयुष्याला नुकतीच सुरुवात झाली आहे. तो कोवळ्या वयातली स्वप्नं पाहात आहे. सुनेला सांभाळून घेणं, म्हणजे मुलाच्या संसाराला हातभार लावणं. सुनेला घालून-पाडून बोलणं, म्हणजे मुलाच्याच संसाराला सुरुंग लावणं आहे. तुम्ही काय करायचं ते तुमच्या हातात आहे. विशेषतः आईच्या! त्यांनी त्यांच्या मुलीला जो नियम लावला, तोच सुनेला लावला, तर बरेच प्रश्न सुटतील."

मी थोडावेळ थांबलो. मग म्हणालो,

"मावशी, खरं खरं सांगा. आत्ता इथं आपण म्हणजे फॅमिलीच आहोत. तिसरा माणूस कुणीही नाही. म्हणून विचारतो. तुमची मुलगी घरी आल्यावर सकाळी उशिरा उठली, तर तुम्हाला काय वाटतं?"

त्या पटकन म्हणाल्या, "काळजी वाटते. आजारी तर पडली नाही ना?"

"त्याप्रमाणे कधी सून उशिरा उठली, तर काय वाटतं?"

यावर त्या काहीच बोलल्या नाहीत.

"तुम्ही कधी सुनेला असं म्हटला होता का, की आजच्या दिवस तू निवांत झोप. किती काम करशील?"

तशा त्या फटकन् म्हणाल्या, "तेवढी लायकी नको का तिची? आमच्या पोरीची बरोबरी करायला तिचा दुसरा जन्म यायला पाहिजे." यावर पुन्हा कुणीच काही बोललं नाही.

मग मी म्हटलं, "मावशी दीड वर्षात तिची पात्रता कशी समजणार? तुमच्या कुटुंबानंच तिला सांभाळून घ्यायला हवं. तुम्ही बघून-देखून केलीय ना! तुमची निवड चुकीची नाही ठरणार. थोडा संयम ठेवायला पाहिजे."

थोडा वेळ असाच गेला. मी म्हणालो,

"कुटुंब म्हटलं की सर्वांच्या अपेक्षा असतात. सुनेला सासूकडून, सासूला सुनेकडून, मुलाला आईकडून, आईला बाबांकडून, नणंदेला जाऊकडून. पण यात महत्त्वाची भूमिका असते ती सासूची. सासू म्हणजे संसाराची मालकीण. तिच्या हातात सर्व संसार. तिनं जो नियम लेकीला लावला, तोच नियम जर सुनेला लावला, तर बरेचसे प्रश्न सुटतील. घरचं वातावरणच बदलून जाईल. मग लेकीनं केली ती चूक आणि सुनेनं केली ती आगळीक, असा भेदभाव राहणारच नाही. सुनेला मारलेला शब्दाचा फटका आपल्या मुलाला लागतो. सासूनं सुनेवर काढलेला राग मुलाच्या संसारावर उठतो. या सगळ्याची जाणीव होत नाही, तोपर्यंत घराघरात हे असंच चालू राहणार. सोडचिठ्ठी किंवा नोटीस काय कधीही पाठवता येईल; पण एकदा बाण सुटला, की तो परत घेता येणार नाही. संसारातले प्रश्न कोर्ट-कचेरी करून सुटत नाहीत आणि भांडणं कोणाच्या घरात नाहीत? घरोघरी मातीच्या चुली! घरातल्या घरातच त्या भांडणाचं उत्तर असतं. फक्त मनमोकळा संवाद असायला हवा. मनात अढी नसायला हवी. कुढत कुढत वागणं-बोलणं नसायला हवं. तुम्ही आणखी काही दिवस विचार करा."

थोडावेळ शांतता पसरली. शिरीष जगदाळे म्हणाले,

"आम्ही आठवड्याभरानं परत येतो."

मी म्हणालो, "ठीक आहे."

आठवडा गेला, दोन आठवडे गेले; पण कोणीच आलं नाही. पुढं बरेच दिवस गेले. नंतर ते प्रकरणही विस्मृतीत गेलं. तीन वर्षांनी आज पुन्हा शिरीष जगदाळेंचा फोन आला,

"नातवाचा पहिला वाढदिवस आहे, सर. आपण सहकुटुंब यावे. वाट पाहतोय."

शिरीष जगदाळेंचं निमंत्रण ऐकून खूप समाधान वाटलं!

ooo

पत्र

"प्रिय पशा,

दोस्ता, खूप दिवसांनी पत्र लिहितोय. या अगोदर कधी लिहिलंय? आठवतही नाही. तुला प्रशांत म्हणूच वाटत नाही. भेंडीच्या भाजीसारखंच बुळबुळीत वाटतं ते. त्यापेक्षा पशा म्हणजे कसं, झणझणीत कट आलेल्या रश्श्यासारखं...

तर काय सांगत होतो? हां, परवाच तुझा विषय निघाला होता. कसलं सक्सेस मिळवलंस रे? वयाच्या चाळिशीच्या आतच फ्लॅट, फॉर्च्युनर गाडी, करोडो रुपये टर्नओव्हरचा बिझनेस, दोन पीए आणि बरंच काही! ऐकलं, पाहिलं की अंगावर काटाच येतो.

दोन वर्षांपूर्वी तुझ्या फंक्शनला आलो होतो. गर्दी बघून वाटलं, बहुतेक पशा आमदारकीला उभा राहतोय. नागपूरचे केटरर्स, २२ प्रकारचे आयटम, जेवणासाठीचा भव्य शामियाना, सनईचा मधुर आवाज, ब्लेझर घालून येरझाऱ्या घालणारा तू आणि तुझी ऑफिस टीम. सगळंच अचंबित करणारं! परत जाताना आमची हीच चर्चा होती. तू म्हणजे एक गॉसिपच झालास.

त्यानंतर सहा महिन्यांनी एकदा तुझ्या फादरची गाठ पडली. ते मला म्हणाले,

"काय म्हणतोय दोस्त?"

मी म्हटलं, "तो काय? आता हवेतच आहे."

तसे वडील पटकन म्हणाले, "अगदी बरोबर. खरंच तो हवेत आहे. त्याला सांग थोडं. घरी तीन-तीन महिने येत नाही, औषध-पाण्यालासुद्धा पैसे देत नाही. मला पेन्शन नसती तर? आपले आई-वडील अजून जिवंत आहेत, याची त्याला जाणीव करून द्यावी लागतेय. एकदा मी रागावलो. तर म्हणाला,

"तुम्ही काय करून ठेवलंय आमच्यासाठी? आता आमचं आम्ही करतोय, तर त्यात पण अडथळा?"

त्याचे शब्द जिव्हारी लागले बघ. तुझी काकू तर तीन महिने तळमळत होती. ते दु:ख आम्ही तसंच गिळलं; पण तुझ्या दोस्ताची बायको नातवाला आमच्या जवळ येऊ देत नाही. ते दु:ख मात्र सहन होत नाही. त्यातच आम्ही खचलोय. नातू तर आमच्याशिवाय राहत नाही. सुनेचं म्हणणं, की 'लाडानं तो बिघडेल. त्याचं करिअर होणार नाही.'"

प्रशांत, अरे काय हे? सेटल झालास, मोठा झालास. ते सर्व ठीक आहे. पण नातेसंबंध का बिघडवतोयस?

एकदा भेटीत म्हणाला,

"मम्मी-पप्पांना समजतच नाही. ते बदलायला तयार नाहीत आणि शांत पण बसत नाहीत. आम्ही आठ-आठ दिवस बोलत पण नाही त्यांच्याबरोबर. आमच्या प्रगतीमध्ये स्पीडब्रेकर होतात."

काय तुझं हे आई-बाबांबद्दलचं आकलन? अरे वठलेल्या वडाच्या झाडाला तुम्ही वळवायचा प्रयत्न करताय. कसं शक्य आहे? त्याच्या परीनं ते झाड मोठं झालं. त्याचा आहे असा स्वीकार करावा लागेल आणि स्पीडब्रेकर प्रकरण काय आहे रे? वेळेवर तुझ्या जेवणाची काळजी करणं, तुझी बायको घरी वेळेवर आली नाही, तर चिंता करणं, तुझ्या मुलांना खेळवणं, याचा तुम्हाला स्पीडब्रेकर वाटतोय काय? अरे परवा तर वडील म्हणाले,

"धावपळीनं पार वाळून गेलाय. पोटाला व्यवस्थित खा म्हणावं त्याला."

त्यांचे डोळे पण ओलावले होते. हा तुम्हाला स्पीडब्रेकर वाटतोय काय? आपल्याला नाही पटलं बाबा हे. एनी वे, जाऊ दे सारं. तुझी भेट कमीच होते. तुझ्या मम्मी-पप्पांचीच जास्त होते. त्यामुळं आम्हाला हे कळलं.

पण काहीही म्हण, तुझी गाडी चुकीच्या दिशेनं आणि हायस्पीडनं निघालीय असं वाटतं कधीकधी. हे तुला बोलायचं ठरवलं होतं; पण भेटच होत नव्हती. शिवाय दोन-तीन वर्षांत बारा फ्रांचाईज, ६० जणांचा स्टाफ. असा इतका व्याप सांभाळणारा तू चुकू शकतोस, यावर माझा विश्वासच बसत नव्हता. म्हणून मी टाळलं.

दिवस असेच जात होते. तू तुझ्या व्यापात, आम्ही आमच्या व्यापात. तुझ्या बिझनेसच्च्या बातम्या यायच्या, फोटो यायचे. आम्हाला अभिमान वाटायचा. अशात अचानक परवा ती बातमी समजली. धक्काच बसला. सुरुवातीला पटलंच नाही. मग सरळ हॉस्पिटल गाठलं. तुझा मोबाईल स्वीच ऑफ, पप्पांचा आऊट ऑफ रेंज. रिसेप्शनिस्टला विचारलं, तर तिनं सांगितलं,

"३ रा मजला, आसीयू नंबर १६, स्पेशल रूम नंबर ३०."

लिफ्टनं वर आलो. मम्मी-पप्पा दिसले. त्यांनीच मला तुझ्याकडं बोट करून दाखवलं. तू काचेच्या आड हिरव्या चादरीत, आयव्हीच्या जाळ्यात, कार्डिओच्या मशीनरीत आणि ऑक्सिजनच्या व्हेंटिलेटरवर निपचित पडलेला होतास. दार ढकलून आत आलो, तर कार्डिओची टिक्-टिक्, स्क्रीनवरच्या वाकड्या-तिकड्या रेषा, डोळे मिटून थंड पडलेला तू. हे बघून मला गलबलूनच आलं. तसाच बाहेर आलो. तोपर्यंत कौस्तुभ आणि मन्या आले होते.

आम्ही डॉक्टरकडं गेलो. त्यांनी केबिनमध्ये बोलावलं.

"बोला." असं डॉक्टर हताशपणे म्हणाले.

तसं आम्ही अधीरतेनं विचारलं, "त्याचं काय काय झालंय?"

डॉक्टर म्हणाले, "बीपी आहे. शुगर तर फार पूर्वीच झाली आहे. पण त्यापेक्षाही ब्लॉकेज धक्कादायक होते. त्यामुळं बायपास केल्याशिवाय पर्याय नव्हता. ही इज आऊट ऑफ डेंजर नाऊ. पण पथ्यं पाळायला हवीत, व्यायाम हवा, दगदग नको आणि इंटर्नल स्ट्रेस तर नकोच नको. त्यांना स्ट्रेस खूप होता. बहुतेक मदर-फादरबरोबर त्यांचं पटत नाही. हे तुटलेपण मात्र खूप धोकादायक असतं. माणूस आतून ड्राय होतो. हे कोरडेपणच ॲटॅकचं पहिलं कॉज असतं. बघा, मॅचअप होतंय का? आई-वडिलांना पण बोला. तरच उर्वरित काही वर्षं लाभतील. समजा नाही झालं मॅच, तरीही काळजी नको. त्यांना थोडं लॉनवर चालायला सांगा. परस बागेत काम करायला सांगा. एखादं कुत्रं पाळायला सांगा. त्यांना दुसऱ्याला जीव लावण्याची सवय लागली, की त्यातून पूर्णपणे बाहेर येतील. कारण प्रेम ही अशी चीज आहे, की तुम्ही ते दुसऱ्यांवर करता. फायदा आणि परिणाम मात्र स्वतःवरच होतो. पण पैसा आणि करिअरच्या नादात ते हेच विसरले होते आणि त्याचाच हा परिणाम. आता आयुष्यभर अधू. सगळं ऐश्वर्य मिळवूनही ते भोगता न येणं हा शापच. तो शाप सोबत घेऊनच त्यांना जगावं लागेल. त्याला नाईलाज आहे. पंधरा दिवसांनी डिस्चार्ज मिळेल. नंतर तुम्ही बोला त्यांच्याशी."

आम्ही उदास होऊन घरी निघालो. प्रशांत, जाताना आमची हीच चर्चा सुरू होती. असं कसं घडलं? असं घडायला नको होतं. काय मिळवलं पशानं? एकदा कॉमर्सच्या

पिरीयडला कामत सरांनी गोष्ट सांगितली होती. मला ती आठवली.

एक खेडेगाव होतं. तिथं एक चपळ आणि हुशार कुत्रा होता. त्यानं एकदा पैज लावली, की तो चालत दिल्लीला जाणार, ३० दिवसात दिल्ली गाठणार. एके दिवशी गावातील इतर कुत्र्यांचा निरोप घेऊन तो निघाला. तिकडं दिल्लीमध्ये त्याच्या स्वागताची तयारी सुरू झाली. पण हा तीस दिवसांच्या ऐवजी पंधरा दिवसातच पोहोचणार, अशा बातम्या येऊ लागल्या. तशी दिल्लीकरांची धावपळ उडाली आणि खरंच हा पंधरा दिवसात पोहोचला. त्यानं सर्व रेकॉर्ड ब्रेक केले, यश मिळवलं. म्हणून दिल्लीकरांनी स्वागताऐवजी त्याचा जंगी सत्कारच करायचं ठरवलं. तसा त्याचा मोठा सत्कार झाला. सत्कारप्रसंगी अनेक जण बोलले. 'असं यश फार क्वचित लोकांना मिळतं. त्यासाठी कष्ट, चिकाटी लागते. जिद्द लागते, इच्छाशक्ती लागते.' वगैरे वगैरे.

सत्काराला उत्तर द्यायला तो उठला आणि म्हणाला,

"तुम्ही ज्याला यश म्हणताय ते यश नाही. असलं यश शत्रूच्याही वाट्याला येऊ नये."

सर्वजण अवाक् झाले. तो पुढं सांगू लागला,

"मी ३० दिवसांच्या ऐवजी पंधरा दिवसातच कसा आलो? ते ऐका.

मी आमच्या गावाहून निघालो आणि ऐटीत पुढच्या गावात आलो. तर तिथली चार-पाच कुत्री माझ्या मागं लागली. लचके धरू लागली. मी जिवाच्या आकांतानं पळू लागलो. तिथून पुढच्या गावात आलो, तर तिथं दहा-बारा जण होती. ती पण मागं लागली. मी जीव वाचवायचा, म्हणून भयानक पळू लागलो. प्रत्येक गावात नवीन कुत्र्यांची गँग. मी रक्तबंबाळ झालो, पायाला फोड आले, माझा घसा कोरडा होऊन गेला. थांबावं तर मरण आणि नाही थांबावं तर अंगात त्राण नव्हतं. जीव तर वाचवायचा होता, त्यामुळं मी पळतच राहिलो आणि पंधरा दिवसात इथं आलो. मी यश मिळवायला पोहोचलो नाही, जीव वाचवायला पोहोचलो. तुम्ही यश म्हणताय, ते हे यश नाही.

पैज जिंकायच्या नादात मी कायमचा पंगू झालो. आता मी किती वर्षं जगतो हेही माहीत नाही. त्यामुळं तुम्ही त्याला यश म्हणू नका." असं म्हणून तो भाषण संपवून खाली बसला.

पशा, तू पण असाच शर्यतीच्या मागं लागलास. पैसा आणि करिअर... असाध्य रोगांनी तुझा पाठलाग केला; पण तुला शर्यत जिंकायची होती. काय जिंकलंस तू? काय मिळवलंस तू?

असो! त्यानंतर पुन्हा बरेच दिवस आपली गाठभेट नाही. फोनवरून तरी किती बोलणार? प्रत्यक्ष भेटीशिवाय खरं बोलणं होतच नाही.

परवा फादर भेटले. ते सांगत होते,

"खूपच बदलला आहे तुमचा दोस्त. बऱ्याच फ्रँचाईजी चालवायला दिल्यात. मॅनेजरही नेमलेत. नियमित व्यायामही करतो. त्यानं झाडं लावली आहेत, त्यांना पाणी घालतो. आहार वेळेवर घेतो, रात्रीचं भोजन सर्वजण बसल्याशिवाय घेत नाही. मुलांना पाचगणीहून परत आणलंय. इथंच सेमीला घातलंय. दोन्ही मुलं आता आज्जी-आजोबांकडं, म्हणजे आमच्याकडंच असतात. दर तीन महिन्याला सर्वांना घेऊन दोन दिवस कुठंतरी ट्रीप असते. पुढच्या महिन्यात आम्ही सर्वजण काश्मीरला जात आहोत. तो घरी खेळीमेळीत असतो. चिडचिड किंवा रखरख करत नाही. सगळं प्रसन्न वातावरण आहे आणि आम्हीपण पूर्ण समाधानी आहोत. एकदा तुम्ही सर्व मित्र या ना. एकत्र जेवण करू, गप्पा मारू."

पशा, काय वाटलं म्हणून सांगू! शब्दच नाहीत मित्रा. खरा यशस्वी झालास. मला खूप बरं वाटलं. आम्ही निवांत तुझ्या घरी येणार आहोतच; पण तुझा फोन आल्यावर! कधी फोन करणार? तुझ्या फोनच्या प्रतीक्षेत...

तुझा दोस्त, केपी."

ooo

संगोपन

भीमराव कोर्टात आले होते. त्यांची पाचवी-सहावी तारीख असेल; पण आज ते खूप तणावात होते. दिवसभर एकाच बाकड्यावर बसून होते. असं कधी होत नाही. ते नेहमी तणावमुक्त असायचे. शेजाऱ्यानं दावा ठोकला; पण भीमराव संयमी. 'कर नाही त्याला डर कशाला', असा भाव त्यांच्या चेहऱ्यावर असायचा. ते कोर्टात येतात, की मंदिरात? असा प्रश्न पडावा इतके प्रसन्न असतात नेहमी. पण आज काहीतरी बिघडलं होतं.

दुपारी कोर्टात पुकारलं आणि त्यांना पुढची तारीख मिळाली.

"जाऊ का?" त्यांनी विचारलं.

मी म्हटलं, "ऑफिसला चला. थोडं थांबून मग घरी जा."

मग आम्ही ऑफिसला आलो आणि मी विचारलं,

"काय झालंय आज भीमराव? खूपच नाराज दिसताय. शेजाऱ्यानं पुन्हा त्रास दिला का?"

त्यावर ते काहीच बोलले नाहीत. मग मी पुन्हा विचारलं,

"घरी काही झालंय का?"

मग ते सांगू लागले,

"काल एक घटना घडली साहेब. पोरानं शाळेत शिक्षकाला मारलं. त्यांच्या डोक्यातून

रक्त आलं. पोलीस केस झालीय. पोरगं पळून गेलंय. त्याला अटक करायला पोलीस घरी आले होते."

मी विचारलं, "कितवीला आहे मुलगा?"

ते म्हणाले, "इयत्ता आठवी."

"नाव काय त्याचं?"

"अजय."

मी म्हटलं, "काळजी करू नका. कुठं जाणार नाही तो. परत आला की त्याला घेऊन या. नेमकं काय झालंय ते बघू या आणि पर्याय काढूया. टेन्शन घेऊ नका."

मी असं आश्वासन दिल्यावर ते निघून गेले.

आठवीतल्या मुलानं शाळेत शिक्षकाला उलटं मारावं? मला आश्चर्य वाटत होतं.

भीमराव रिटायर्ड पोलीस इन्स्पेक्टर होते. त्यांची गावी शेती होती, उशिरा झालेली दोन मुलं होती. त्यातला एक आठवीला होता आणि त्यानंच हा पराक्रम केला होता. भीमराव हा प्रमोशनवर इन्स्पेक्टर झालेला पोलीस खात्यातला एक प्रामाणिक माणूस. हवालदार म्हणून पंधरा वर्षं काढली आणि नंतर प्रमोशन झालं. त्यामुळं वागण्यात साधेपणा होता. इन्स्पेक्टरचा रूबाब, पोलिसी खात्यातला ताठपणा असं काहीच नाही. कसलाही गर्व नाही.

रिटायर्ड झाल्यावर शेती करायची, डागडुजी करून ऊस लावायचा, म्हणून भीमरावांनी मोजणी केली. शेजाऱ्यानं बरीच जमीन अतिक्रमण करून काबीज केलेली होती. त्यांनी त्याला समजावून सांगितलं; पण झालं उलटंच! भीमराव विरूद्ध निरंतर मनाई मिळावी म्हणून त्यानंच दावा केला. भीमराव त्यासाठी कोर्टात येत होते. त्यांना थोडंफार दिवाणी कळत होतं. त्यामुळंच तारखेला येताना ते तणावरहित असायचे.

कोर्टात येणारी बरीच माणसं भेदरलेली असतात. ही सगळी भीती अज्ञानापोटी असते. त्यांना काहीच माहीत नसतं. एक तर आयुष्यात पहिल्यांदा कोर्ट. शिवाय जो तंटा, वाद असतो त्याचा तणाव तर असतोच. त्याचबरोबर कोर्टातली अनोळखी भाषा, ब्रिटिशकालीन व्यवस्था, लांबत चाललेले खटले, आरोपींच्या बेड्या, साक्षीदारांचा पिंजरा या साऱ्या गराड्यात आपल्याला न्याय मिळेल का? असा 'आ' वासून पडलेला प्रश्न त्यांच्यासमोर असतो. त्यांना या सगळ्या गोष्टी बघूनच घाबरायला होतं.

पण भीमरावांना सर्व्हिसमुळं हे सवयीचं होतं. त्यामुळं ते तणावरहित असायचे; पण धाकल्या मुलानं असं काहीतरी केल्यानं ते टेन्शनमध्ये होते. मी त्यांना दोन-तीन दिवसांनी ऑफिसला यायला सांगितलं होतं.

दोन आठवडे असेच गेल्यावर ते पुन्हा ऑफिसला आले. त्यांच्याबरोबर त्यांची पत्नी आणि मुलगाही होते. नंतर आम्ही सरळ शिक्षकांच्या घरी गेलो. बेल वाजवली आणि मग

त्यांनी दार उघडलं. मुलाला बघितल्यावर त्यांचे डोळे लाल झाले; पण त्यांनी आमच्याकडं पाहून सावरले. आम्हाला आत बोलावून बसायला सांगितलं.

मी त्यांना म्हटलं, “सर, तुमचाच विद्यार्थी आहे. थोडा पाय घसरला. त्याची चूक झाली. पण आता आयुष्य बरबाद होईल. त्यालाही पश्चाताप झालाय. तुम्ही केस मागे घ्या. तुमचे उपकार त्याचे वडील कधीच विसरणार नाहीत.”

मी असं म्हणताच भीमराव उठले आणि त्यांनी माफी मागितली. सरांनी मोठ्या मनानं माफ केलं आणि केसही मागे घेतली. मग मी भीमरावांना ‘उद्या-परवा ऑफिसला या’, असं सांगितलं.

दोन-तीन दिवसांनी भीमराव ऑफिसला आले. मग मी म्हटलं,

“भीमराव तुम्ही तर पोलीस डिपार्टमेंटमधून रिटायर झालात. पण मुलगाच अशा वळणावर?”

ते काहीच बोलले नाहीत. पण नंतर म्हणाले, “जगभरच क्राईम रेट वाढतो आहे. बाल गुन्हेगारी वाढते आहे. त्याला टीव्ही आणि मीडिया...”

त्यांना थांबवत मी म्हटलं, “ते जाऊ दे भीमराव. आपण जगाचं नंतर बघू. पहिलं आपल्या मुलाचं बघू, त्याचा विचार करू. तो असा का वागला? त्याला कोण कारणीभूत आहे? तुमचे संस्कार कमी पडले का? तुम्ही काय विचार केलाय?”

भीमराव पुन्हा सांगू लागले, “आम्ही तर कुठंच कमी पडलो नाही. तो मागेल ती वस्तू दिली. त्याचा प्रत्येक हट्ट पुरवला. त्याला कशालाच नाही म्हटलं नाही. तरी पण पोरगं असं निघालं.”

मी पुन्हा बोलायला सुरुवात केली, “भीमराव, पोरगं आता पंधरा-सोळा वर्षाचं झालंय. आतापर्यंत किती वेळा तुम्ही त्याच्याशी मनमोकळं बोललात? किती वेळा त्याच्याबरोबर पोहायला गेलात? किती वेळा त्याच्याबरोबर गेम खेळलात? किती वेळा दोघं मिळून आईस्क्रीम खायला गेलात? किती वेळा त्यानं न मागता एखादी वस्तू आणलीत?”

त्यावर ते काहीच बोलले नाहीत. गप्पच राहिले.

“तुम्हाला वाटेल सर्व्हिस सोडून हेच काम करायला पाहिजे होतं. पण तसं नाही भीमराव. शेवटी सर्व्हिस कोणासाठी? पैसा मिळवायचा कशासाठी आणि कोणासाठी?

मागं एकदा माझ्याकडं पक्षकार आले होते. रस्त्यासाठी केस होती, त्यांनी ती केस जिंकली. त्यावर अपील झालं, मुंबई हायकोर्टापर्यंत केस झाली. शेवटपर्यंत ते जिंकले. पण त्या दरम्यान त्यांना शेती विकावी लागली, शुगरमुळं डावा पाय काढावा लागला. रस्ता मिळाला, त्यांनी केसही जिंकली; पण ज्या जमिनीसाठी रस्ता मिळवला, ती जमीनच राहिली नाही. रस्त्यावरून जाण्यासाठी पायही राहिला नाही. मग काय उपयोग त्या रस्त्याचा?

आपण पैसे मिळवतो. पण त्याच वेळी मुलं-बाळं अंतरावर जातात. काहींची तर देशोधडीला लागतात. मग काय उपयोग त्या मिळवलेल्या पैशाचा?"

आताही भीमराव काहीच बोलले नाहीत. ते विचार करत होते.

मग मीच म्हटलं, "भीमराव, मुलांना वाढवणं आणि त्यांचं संगोपन करणं यात फरक असतो. आपण मुलांना लहानाचं मोठं करतो, त्यांना वाढवतो. पण त्यांचं संगोपन करत नाही. संगोपनासाठी स्वतःची इन्व्हॉल्वमेंट लागते. वाढवायला पैसे खर्च केले की भागतं; पण संगोपनासाठी स्वतःचा वेळ खर्च करावा लागतो. फक्त वाढवण्यामध्ये कोरडेपणा येतो, तुटण्याचा धोका तयार होतो. मात्र संगोपनामुळं मुलांची वाढ तर होतेच, शिवाय सुसंस्कारीतपणाही येतो. त्यांना प्राइस (किंमत) आणि व्हॅल्यू (मूल्य) यातला फरक सांगावा लागतो. तोंडी नव्हे, कृतीतून आणि वागण्यातून.

हिरा फार किंमती असतो. त्याची प्राइस फार मोठी असते. पाणी स्वस्त असतं. त्याची प्राइस फार कमी असते. हिरा आणि पाणी यांची किंमतीबाबत तुलना होणार नाही. हिऱ्याच्या मानानं पाण्याची किंमत शून्य. पण पाण्याचं मूल्य? पाणी नसेल, तर माणूस जगू शकणार नाही. म्हणून त्याला जीवन असं नाव आहे. त्यामुळं पाण्याची व्हॅल्यू (मूल्य) करता येत नाही. पाणी अमूल्य आहे. त्याप्रमाणं हिऱ्याला मूल्य नाही; कारण हिरा नसल्यामुळं माणूस मरत नाही.

आपल्या मुलांनी आपली किंमत (प्राईस) करू नये. आपलं मूल्य करावं. त्यासाठी मुलांना मूल्यांची शिकवण गरजेची असते. त्यांना पैसे देण्यापेक्षा वस्तू आणून द्यावी. आग्रह-दुराग्रह यातला फरक सांगावा. ब्रँडेड वस्तू वापरण्यापेक्षा स्वतः ब्रँड होण्याची शिकवण द्यावी. त्यासाठी त्यांना वेळ देणं महत्त्वाचं. नुसती वेळ देणं नाही, तर ती वेळ कामी येणं गरजेचं. मुलं जेव्हा आई-बापाचं मूल्य जाणतील, त्यावेळी त्यांना शिक्षकांचंही मूल्य कळेल. मग मुलं चुकीच्या रस्त्याला जाणार नाहीत."

एवढं बोलून मी थांबलो. भीमराव आता फ्रेश दिसत होते. ते म्हणाले,

"साहेब, खरं सांगू? मी असा कधी विचारच केला नव्हता. आता नक्की बदल घडवतो." असं म्हणून ते आनंदानं निघून गेले.

या गोष्टीला चार-पाच वर्षं झाली असतील. काल भीमरावांचा फोन आला की,

"अजयला एमबीबीएसला विदाऊट डोनेशन ॲडमिशन मिळाली आहे. तीही गव्हर्मेंट कोट्यातून मिळाली आहे. एक रुपया पण भरावा लागला नाही. संपूर्ण गावाला जेवण घातलं आहे. तुम्ही यायला पाहिजे. यायलाच लागतंय साहेब...!"

आज आम्ही दोघं-तिघं मित्र भीमरावच्या घरी निघालोय, पळशीकडे!

ooo

दान

खंडोजीरावांचा कोर्टात दावा चालू होता. ते नेहमी वेळेवर तारखेला यायचे. गळ्यात माळ, कपाळावर टिळा, पांढरी विजार, पांढरा शर्ट, त्यावर टोपी आणि बोटात अंगठ्या, असा एकूणच रुबाबदार गडी. तारखेला गाडीतूनच यायचे. *त्यांच्या स्कॉर्पिओ गाडीत नेहमी दोघं-तिघं असायचे.*

दोन-तीन वर्षं त्यांचा दावा चालला. नंतर त्या दाव्यात मध्यस्थ (अर्बिट्रेटर) नेमण्यात आला. मध्यस्थापुढं ते प्रकरण चालू झालं. मला खंडोजीराव विचारायचे,

"वकीलसाहेब, पुढं काय करायचं?"

मी म्हणायचो, "तुमचा तोटा होईल असं काही करू नका. शेवटी तुम्हीच ठरवायचं आहे. चुलत भावाचं सोडा. पण सख्खे भाऊसुद्धा मिटवायला तयार नाहीत. त्यांचं काय? तुम्ही एकाच आईच्या पोटातून आलाय. अगोदर घरचा तरी विचार घ्या."

खंडोजीरावांचं गाव अंकली. गावात नदीकाठचा भाग मालकीचा होता. बागायत जमीन, मोठा वाडा, घरी नोकर-चाकर, गोठ्यात पंचवीस-तीस जनावरं होतीच. शिवाय ट्रॅक्टर, दोन जिपा, वीटभट्ट्या असा मोठा परगणा.

गावचा कुठलाही कार्यक्रम खंडोजीरावांशिवाय होत नसे. निम्मा खर्च खंडोजीरावांचा असायचा. बरेच कार्यक्रम तर संपूर्ण खर्च करून खंडोजीरावच करायचे. ते शाळेला देणगी

द्यायचे, मंदिरासाठी निधी द्यायचे, असे हे खंडोजीराव!

पण चुलत भावांनी विनाकारण मिळकतीचा वाद निर्माण केला. खरंतर त्यात तथ्य काहीच नव्हतं. कोर्टानं पण चुलत भावांना समजावून सांगितलं; पण ते ऐकायला तयार नव्हते. म्हणूनच हे प्रकरण मध्यस्थाकडं पाठवण्यात आलं.

मध्यस्थापुढं बरीच चर्चा झाली. शेवटी ते पण कंटाळले आणि 'प्रकरण मिटणार नाही', या मतापर्यंत आले. इतक्यात खंडोजीराव उठून उभे राहिले आणि म्हणाले,

"ठीक आहे. त्यांना दीड एकर जमीन जादा पाहिजे ना? मी दिली; पण एका अटीवर! मी जमीन 'दान' दिली, असं लिहायला पाहिजे."

शेवटी नदीकाठची दीड एकर जमीन देऊन प्रकरण मिटलं. दीड एकर जमीन देताना खंडोजीरावांच्या भावांनी खूप विरोध केला; पण खंडोजीराव म्हणाले,

"माझ्या वाट्याची देतोय. तुम्ही काळजी करू नका."

खंडोजीरावांना वाद नको होता. म्हणून त्यांनी बक्षीसपत्र करून चुलतभावांना दीड एकर जमीन दिली. खंडोजीरावांची दानत बघून मध्यस्थ पण अचंबित झाले.

नंतर कधीतरी खंडोजीरावांचा फोन यायचा. 'बरं आहे का? जत्रेला जेवायला येताय का? यावर्षीची जत्रा आपण एकट्यानं भरवली आहे.' वगैरे वगैरे...

परवा कृष्णा नदीला पाणी वाढत होतं. म्हणून मी खंडोजीरावांना फोन केला. तर ते म्हणाले,

"सर्व ठीक आहे. पूर आला तरी आमच्याकडं फारसा येत नाही. २००५ ला एवढा मोठा पूर आला; पण फारसं काही झालं नाही." त्यावर मी 'ठीक आहे' म्हणालो.

नंतर पूर वाढत गेला आणि खंडोजीवांचा संपर्क पण तुटला. आम्ही पहिल्यांदा माळवाडी, भिलवडी या भागात पूरग्रस्तांना मदत करायला गेलो. काही ब्लँकेट, काही चादरी यांचं वाटप केलं. नंतर दुसऱ्या दिवशी कर्नाळमधील बाहेर काढलेल्या लोकांना पाणी, चहा, साखर वगैरे दिलं. अशी जेवढी शक्य तेवढी मदत रोज करत होतो.

आज सांगलीला गेलो होतो. सगळी कॉलेजेस, सगळी बोर्डिंग पूरग्रस्तांनी भरलेली होती. आम्ही गाडीतून पाण्याचे कॅन, स्वेटर, ब्लँकेट, चपात्या आणि चटणी असं साहित्य घेतलेलं. आम्ही कॉलेज आणि बोर्डिंगमध्ये गेलो. तिथं अन्नवाटप चालू केलं. अशाच दोन-तीन खोल्या संपल्या. हॉलमध्ये गेलो आणि एका कोपऱ्यात खंडोजीराव दिसले. मला धक्काच बसला. मी धावतच त्यांच्याजवळ गेलो. दाढीचे खुंट वाढलेले, कपडे चिखलानं भरलेले होते. त्यात निम्मे-अर्धे फाटले होते. त्यांच्या सगळ्या अंगाला खरचटलेलं होतं. शेजारी फाटकी साडी सावरत बसलेली त्यांची बायको बसली होती.

ते बघून मला गलबलून आलं. मी त्यांच्याशेजारी बसलो. मग ते सांगू लागले,

"होतं नव्हतं सारं गेलं साहेब. जित्राबं देशोधडीला लागली. मुकी जनावरंच ती. कुठं असतील कोण जाणे! वाडा जमीनदोस्त झाला, वीटभट्ट्या वाहून गेल्या. ऊस तर संपलाच. घरचं धान्य, भांडीकुंडी सगळं गेलं. मागं काय राहिलंय का नाही देव जाणे! आज पाच दिवस झाले; पण पोरांचा संपर्क नाही. जिवंत आहेत का नाहीत काय माहीत?

मी आख्ख्या गावाला देत आलो साहेब. पण या पुरानं मात्र मला पुरतं लुबाडलं. आयुष्याचा चिखल केला. मी असं काय पाप केलं होतं साहेब?"

खंडोजीराव हुंदके देत होते. मी त्यांना सावरण्याचा केविलवाणा प्रयत्न करीत होतो. बाहेर सगळीकडं पाणीच पाणी होतं. बघ्यांची गर्दी, सायरनच्या गाड्या, एसडीआरएफचे जवान, एनडीआरएफचं सैन्य अशी सगळी गर्दी होती. सगळा गलका चालू होता. एवढ्यात हॉलमध्ये पुण्याहून दिलासा फाउंडेशनचे लोक आले आणि त्यांनी मदत करायला सुरुवात केली. फाउंडेशनचा एक कार्यकर्ता आमच्याजवळ आला. त्यानं खंडेरावांच्या दिशेनं एक बिस्किट पुडा आणि दोन केळी पुढं केली. खंडोजीरावांनी हात पसरला आणि मला हुंदका दाटून आला.

०००

पैसा

दोघं भाऊ-भाऊ आहेत की दोस्त आहेत, ते ओळखता येत नव्हतं. जाईल तिकडं ते दोघंच असायचे. खांद्यावर हात टाकायचे, चौकात गप्पा मारत बसायचे, एकाच गाडीवरून फिरायचे. एक-दुसऱ्याला कोणीच सोडत नव्हतं. भीमा आणि पांडाला एकेकटं कुणी पाहिलंच नाही. त्याना कायम जोडीनंच पाहिलेलं होतं. भीमा आणि पांडाचं हे नातंच अनाकलनीय होतं. दोघांना एकमेकांशिवाय करमत नव्हतं. बरं, मैत्री करण्याचं तरुण वय पण नव्हतं. दोघांची पोरं मोठी झाली होती, दोघांनाही सुना आल्या होत्या. तरीही दोघं एका जिवानं राहत होते.

भीमा-पांडाची ही जोडगोळी आख्या इलाक्यात प्रसिद्ध होती. आजूबाजूच्या खेड्यात दोघांची चांगलीच चर्चा होती. बऱ्याच जणांना ते जिगरी दोस्त वाटायचे, तर बऱ्याच जणांना ते एकमेकांचे जवळचे पाहुणे वाटायचे. फक्त काही जणांनाच ते सख्खे भाऊ आहेत, याची माहिती होती. जन्मताच एकत्र राहण्याचा गुण असावा, तसे होते भीमा आणि पांडा.

दोघांत दोन-तीन वर्षांचं अंतर होतं. शाळेमध्ये पण ते मागं-पुढंच होते. पण दोघंही एकाच शाळेत शिकले. दोघांचे वेगवेगळे मित्र होते; पण त्यातलेही बऱ्यापैकी तुटले. त्याचं कारणसुद्धा ह्या दोघांची मैत्रीच.

नामा हा पांडाचा असाच एक मित्र. पांडाशिवाय त्याचा वेळ जात नसे. कुठल्या गावाला जायचं झालं, तर तो पांडाला घेऊन जात असे. कायम पांडाच्या घरी बसायला जात असे.

असाच एकदा नामा पांडाच्या घरी बसायला आलेला होता. पण पांडा घरी नव्हता. तो कुठंतरी बाहेर गेला होता. भीमा उसाची लागण करून आला होता आणि नुकताच हातपाय धुवून बसला होता. नामा आल्याचं बघून त्यानं बसायला दिलं. नामा म्हणाला,

"पांडा कुठं आहे?"

भीमा म्हणाला, "तो आत्ताच कुठंतरी बाहेर गेलाय."

मग नामा म्हणाला, "बरं मग मी परत येतो."

भीमा म्हणाला, "बस, येईल एवढ्यात."

मग नामा बसला आणि इकडचा-तिकडचा विषय निघाला. भीमा उसाच्या लागणीचं सांगू लागला,

"आजचा तिसरा दिवस, ऊस लावतोय. सकाळी सात ते बारा लागण सुरू आहे. रोजगारी कमी झालेत. मलाच पळावं लागतंय."

असं भीमा सांगत होता. एवढ्यात चहा आला. नामानं चहा घेतला आणि घड्याळाकडं बघून म्हणाला,

"भीमा, लय उशीर झाला. परत येतो." असं म्हणून नामा निघून गेला.

दोन दिवसांनी नामा आणि पांडाची गाठ पडली. पांडा नामाला म्हणाला,

"त्या दिवशी तू गेलास आणि पाचच मिनिटात मी आलो. थोडा थांबला असतास, तर गाठ पडली असती. बर जाऊ दे. का आल्तास?"

नामा म्हणाला, "काही नाही. सहजच."

मग दोघांनी चहा घेतला. चहा पितापिता नामा हळूच म्हणाला,

"एक गोष्ट बोलायची होती."

पांडा म्हणाला, "बोल की."

मग नामा सांगू लागला, "त्या दिवशी भीमा ऊस लागणीचं सांगत होता. तीन दिवस तो एकटाच राबतोय, गडी मिळत नाहीत, रोजगारी येत नाहीत. त्याला एकट्याला सगळं करावं लागतंय. तू काय शेतात काम करत नाहीस... असं काय काय बडबडत होता. खरं सांगू का? मला ते काही आवडलं नाही. तू माझा जवळचा मित्र. कदाचित आपली मैत्रीसुद्धा भीमाला खटकत असावी. पण जाऊ दे. तू काय डोक्यात घेऊ नकोस. फक्त आपलं कानावर असावं म्हणून मी बोलतोय."

पांडानं ऐकून घेतलं. 'ठीक आहे' म्हणाला आणि त्यानं विषय बदलला. थोड्या

वेळानं दोघंही आपापल्या कामाला निघून गेले.

त्याच रात्री पांडानं नामाचा पत्ता कट केला आणि मित्र म्हणून नामाला तोडून टाकला. नंतर तर मैत्रीवरचा पांडाचा विश्वासच उडू लागला. 'सख्ख्या भावांचं एकत्र असणं बघवणारा मित्र दाखवा आणि दहा लाख मिळवा', असं पांडा म्हणू लागला. खरं म्हणजे भीमाला आणि पांडाला ते एक न सुटणारं आणि न उलगडणारं एक कोडंच पडलं होतं. 'जवळचे मित्रच भावा-भावांच्यात भांडणं का लावतात? भावा-भावांचा तंटा वाढवण्यात त्यांना कसला आनंद होतो? जवळचे म्हणवणाऱ्या मित्रांनासुद्धा भावा-भावात चांगलं चाललेलं का बघवत नाही?' असे अनेक प्रश्न त्या दोघांना पडायचे. फार कमी मित्र असतात, ज्यांना भावांचं एकत्रित असणं बरं वाटतं. बहुतांशी मित्रांना बघवत नाही. पांडाचे नामासारखे अनेक मित्र तुटले. भीमाचे पण काही मित्र तुटले; पण या दोघांची मैत्री मात्र अखंड राहिली.

दोघांचं माध्यमिक शिक्षण संपलं. मग कॉलेजचं शिक्षण पूर्ण झालं. पांडानं बिझनेस करायचा निर्णय घेतला, तर भीमानं शेती करायचं ठरवलं. ठरल्याप्रमाणं भीमा शेती करू लागला आणि पांडा पुण्याला स्थायिक झाला. त्यानं फर्निचरचं दुकान घातलं. सुरुवातीला एक गाळा भाड्यानं घेतला आणि छोटं-मोठं फर्निचर विकू लागला.

महिन्या-दोन महिन्याला पांडा गावी यायचा. भीमाबरोबर शेतात जायचा. शेतात दोघांची पार्टी व्हायची. मग दुसऱ्या दिवशी तो परत पुण्याला जायचा. कधी कधी शेतात काम नसायचं, मग भीमा पुण्याला जायचा. गेला की दोन दिवस राहायचा. पांडा त्याला सोडायचाच नाही. भीमाला घेऊन तो पुणं फिरायचा. सारसबागेत जायचा, शनिवारवाड्यावर जायचा. त्याला सगळं पुणं दाखवायचा. दोघंही चांगल्या हॉटेलात जेवण करायचे. मग पांडा त्याला गावी पाठवायचा.

भीमाचा शेतीत आणि पांडाचा धंद्यात जम बसू लागला. काही दिवसांनी पांडानं स्वतःचा गाळा घेतला. दोघांचीही लग्नं होऊन आता मुलंही मोठी झाली. मुलंही कुठंतरी जॉब करू लागली. आता आई-वडील थकले होते. 'मी आहे तोपर्यंत जमीन जुमल्याचं जिकडं-तिकडं करा. माझ्या माघारी वाद नकोत. वाद होणार नाहीत; पण जिकडं-तिकडं असलेलं बरं.' अशी वडिलांनी सारखी रिपरिप लावलेली होती.

मग एके दिवशी आई-वडील, दोघांची मुलं अशी बैठक बसली. घरची साडे तीन एकर जमीन होती. वडिलांच्या नावावर असावी, म्हणून अर्धा एकर ठेवायची. बाकीची दीड एकर भीमा आणि दीड एकर पांडाला द्यायची, असं ठरलं. पण या गोष्टीला पांडा तयार नव्हता. पांडानं सांगितलं,

"मला बिझनेस आहे. माझा धंदा चांगला चाललाय. मला शेतीमधलं काहीही नको.

ते भीमानं घ्यावं. मला फक्त घरापुरती जागा द्यावी आणि तीही फक्त चार-पाच गुंठे."

पण हा प्रस्ताव भीमाला पटला नाही. तो म्हणे,

"जमीन मीच करतो. उत्पन्नही मीच घेतो; पण अर्ध्या जमिनीवर पांडाचं नाव लावा. त्याशिवाय मी कशावरही सही करणार नाही." असं झाल्यानं बैठक मोडली.

"तुम्ही दोघांनी कुठला निर्णय घेतला नाही, तर मला तरी शांती कशी मिळणार? ठरवा दोघं काय करायचं ते." अशी वडिलांनी दोघांची समजूत घातली. नंतर वडील गप्प गप्प राहू लागले. मग भीमानं एके दिवशी पांडाला फोन केला आणि त्याला बोलावून घेतलं. जमिनीचं वाटप झालं. त्यात भीमाला गावाकडची सगळी जमीन दिली आणि पांडाला फक्त पाच गुंठे जागा दिली. मग भीमा पुन्हा शेती करू लागला आणि पांडा पुण्यात बिझनेस करू लागला.

पांडाला एक मुलगा आणि एक मुलगी होती. मुलीचं लग्न झालं. तिला पुण्यातच दिली. जावई एमबीए होता. त्याची सोळा लाखाच्या पॅकेजची सर्व्हिस होती. भीमा-पांडाच्या घराण्यात ही एकच मुलगी. भीमाला दोन्ही मुलगेच होते. त्यामुळं मुलीचं लग्न हौसेनं झालं, धामधुमीत झालं.

नंतर दोन वर्षातच भीमा-पांडाचे वडील वारले. गावाकडचं घर मोकळं झालं. भीमाचा फार मोठा आधार गेला. दादा शेतात जायचे, त्यांचा वावर सगळीकडं असायचा; पण आता सगळं संपलं होतं. पांडा गावी आला होता. तो महिनाभर गावीच होता. त्याच्या पुण्यातल्या दुकानात पोरगा होता आणि आता तोच सगळा कारभार सांभाळत होता. महिन्याभरानं पांडा पुन्हा पुण्याला गेला. तोपर्यंत आईनं रखरख लावली. ती म्हणायची,

"भीमाची पोरं वयात आली आहेत. त्यांचं एक वर्षाच्या आत लग्न करावं लागतंय. त्याशिवाय यांच्या आत्म्यास शांती मिळणार नाही. लग्न करूनच वर्षश्राद्ध घालावं लागतं."

भीमाची दोन्ही पोरं नोकरीला होती. थोरला तालुक्याच्या ठिकाणी हायस्कूल शिक्षक होता, तर धाकला खत कंपनीत होता. त्याला पंचावन्न हजार पगार होता. दोघांच्याही शिक्षणाला पांडानं खर्च केला होता. नोकरीच्या वेळीसुद्धा पांडानंच मदत केली होती. लवकरच दोघांनाही चांगली स्थळं चालून आली. आईदेखत लग्न व्हावं, म्हणून भीमा-पांडानं निर्णय घेतला. दोघांचीही लग्नं ठरली आणि एकाच मांडवात लग्नं करायचं ठरलं. सगळ्या पाहुण्या पैना-पत्रिका दिल्या, दारात मांडव घातला. लग्नसोहळा पार पडला. भीमाची दोन्ही पोरं मार्गस्थ झाली, दोघांचे संसार रुळाला लागले.

पण तेवढ्यात एक घटना घडली. भीमाला भूसंपादनाची नोटीस आली. सरकारनं जवळजवळ दोन एकर जमीन नॅशनल हायवेसाठी संपादन केली. त्याचा सरकारी भावानं

मोबदला मिळणार होता. पण बागायत शेती कायमची नष्ट होणार होती. भीमाच्या घरचं उत्पन्न संपणार होतं. दोन्ही मुलं मिळवती होती; पण त्यांचा पैसा घरी येत नव्हता. त्यांचाही खर्च वाढला होता. शिवाय धाकल्याची खत फॅक्टरी तोट्यात गेली होती. कोरोनामुळं तीही बंद पडण्याच्या मार्गावर होती. त्याला पगार वेळेवर मिळत नव्हता. तीन-चार महिन्यांतून एखादाच पगार मिळायचा.

भीमानं पांडाला फोन केला, तसा तो लगेच गावी आला. त्यानं भीमाला आधार दिला. 'काळजी करू नको. मी आहे, काही टेन्शन घ्यायचं कारण नाही.' असं म्हणाला. खरं म्हणजे पांडाच अलीकडं टेन्शनमध्ये होता. कोरोनामुळं त्याचा धंदा डबघाईला आला होता. उधाऱ्या येत नव्हत्या. चिनी फर्निचर बाजारात आलं होतं. त्याच्या फर्निचरला पहिल्यासारखं गिऱ्हाईक राहिलं नव्हतं. कारागीर मिळत नव्हते. फर्निचर करणारे यूपीचे कारागीर कोरोनामुळं गेले, ते परत आलेच नाहीत. त्यामुळं पांडा गेली दोन वर्षं विवंचनेत होता; पण भीमाच्या संकटामुळं तो काही बोलत नव्हता. उलट त्यालाच आधार देत होता.

भीमाची जमीन गेली, धाकल्याची नोकरी गेली, पांडाचा उद्योग बंद पडला. सगळं एकाच वेळी घडून आलं. आत्ता कुठं स्थिरस्थावर होणार होतं, भाकरीवर चटणी येणार होती. पाच-सहा वर्षांत रिटायर होऊन निवांत राहायचं होतं. पोरांचं कर्तृत्व बघायचं होतं, नातवांना खेळवायचं होतं. तीर्थयात्रा करायच्या होत्या, पांडाला गावाकडं घर बांधायचं होतं. भीमाला शेतात बंगला उभारायचा होता. पण हे सारंच धुळीला मिळालं.

सहा महिन्यात भीमाला सरकारी पाकीट आलं. त्यात बारा लाखांचा चेक होता. जमीन होती कोट रुपयांची; नुकसान मात्र तुटपुंजं. पण आहे ते स्वीकारण्याशिवाय पर्याय नव्हता. ज्यादा नुकसान भरपाईसाठी कोर्टात जावं लागणार होतं; पण भीमानं तो नाद सोडला.

आता सगळा भार भीमाच्या थोरल्या पोरावर होता. धाकला नोकरी सोडून गावी आला होता. त्याला खत कारखाना काढायचा होता. त्यामध्ये भरपूर नफा होता, शिवाय त्या धंद्याला मरण नव्हतं. सहा-सात वर्षांच्या सर्विसमध्ये त्यानं हे अनुभवलं होतं. पण कारखान्याला भांडवल कुठून आणणार? मग त्यानं शक्कल लढवली. तो भीमाला म्हणाला,

"शेतातून हायवे गेलाय. त्यामुळं रोड टच जमिनीच्या किमती वाढल्यात. आपण राहिलेली जमीन विकूया. त्यात तसंही काही पिकत पण नाही, पडीकच पडलीय."

पण भीमाला हे पटत नव्हतं. वडिलोपार्जित जमीन विकायची, म्हणजे त्याला पाप वाटत होतं. शिवाय जमीन विकून पुढं करायचं काय? हा प्रश्न होता.

त्यानं पांडाला फोन लावला आणि त्याला गावाकडं बोलावून घेतलं. पांडाही लगेच आला. त्या रात्री दोघांची बैठक झाली. पांडा म्हणाला,

"माझाही धंदा बसलाय. पुण्यातलं ते दुकान, गाळा, प्लॉट, फ्लॅट विकतो. तुला पैसे देतो. जमीन मी घेतो आणि ती डेव्हलप करून विकतो. आता तुझ्या मुलाची अडचण दूर होईल. शिवाय भविष्यात मला आणि माझ्या मुलांना चार पैसे मिळतील."

भीमाला ही कल्पना आवडली. त्यानं मुलांना सांगितली. त्यांनी होकार दिला. कारण त्यांना पैशाशी मतलब होता. बाहेर विकण्याऐवजी घरात जात असेल, तर त्यांनाही अडचण नव्हती. गुंठ्याला पाच लाख तीस हजार असा व्यवहार ठरला. बरेच जण सव्वा पाच लाख रुपये गुंठा मागत होते. मग पांडानंच हा दर ठरवला.

दोन-तीन महिन्यात पांडानं पुण्यातली सगळी जायदाद विकली. राहतं घर तेवढं ठेवलं. आयुष्यभर जेवढं मिळवलं होतं, तेवढं सगळं विकलं. नाना पेठेतला फ्लॅट, पिंपरी-चिंचवडमधला तीन गुंठे प्लॉट, दुकान-गाळा, दुकानातलं राहिलेलं सगळं फर्निचर, काहीही शिल्लक ठेवलं नाही. दोन कोटी आले. पांडा आणि त्याचा मुलगा गावी आले. मग घरगुती बैठक झाली. भीमा, पांडा आणि पांडाचा मुलगा एवढीच बैठकीला होती. गोठा, औजारं ठेवण्याचं शेड आणि पांडाची पाच गुंठे जागा सोडून ४५ गुंठ्यांचा दोन कोटी अडतीस लाख पन्नास हजार एवढा व्यवहार ठरला. पांडानं भीमाला दोन कोटी दिले आणि म्हणाला,

"कर्ज मिळालं की राहिलेले आठ दिवसांत देतो. पोराला लवकर कारखाना काढायला सांग. शिवाय घर बांधायला काढ. केव्हातरी बांधावं लागणारच आहे."

पांडा परत पुण्याला निघाला, तेव्हा भीमा म्हणाला,

"खरेदीपत्र केव्हा करायचं?"

पांडा म्हणाला, "तुझ्या नावावरच असू दे. मी सहा महिन्यात डेव्हलप करून विकणारच आहे. आता माझ्या नावावर केलं, तर उगीच खर्च वाढायला नको."

मग करारपत्र असावं म्हणून वहीच्या पानावर साधं करारपत्र केलं. त्यावर दोघांच्या सह्या झाल्या आणि खाली साक्षीदार म्हणून पांडाच्या मुलानं सही केली.

पांडानं मग जमीन हळूहळू डेव्हलप केली. जेसीबीनं झाडं काढली, ताली काढल्या, मुरुम लेवल केला. प्लॉटिंग पाडलं, अंतर्गत रस्ते केले. भीमाच्या नावावर लाईट घेतली. रंगीत कंपाउंड मारलं आणि प्लॉट विक्रीकरता बोर्ड लावला.

हळूहळू गिऱ्हाईक येऊ लागलं. आठवड्याभरात एक जण सात नंबरचा प्लॉट मागू लागला. त्याचा नऊ लाख रुपये गुंठा याप्रमाणं व्यवहार ठरला. भीमा आणि पांडा दोघंही रजिस्टर कार्यालयात गेले आणि पहिला प्लॉट विक्री केला. भीमानं त्याचे सर्व

पैसे पांडाकडं सुपूर्द केले. संध्याकाळी धाकल्याला ही माहिती समजली. तेव्हा तो थोडा नाराज झाला.

"आपण बाहेर विकली असती, तर बरं झालं असतं. तुम्ही घरच्या घरी कारभार केला. त्यांना किती पैसे मिळतात बघत बसा…" असं काहीतरी बडबडत राहिला. पण भीमानं ते ऐकूनसुद्धा घेतलं नाही.

दुसऱ्या दिवशी पांडा पुण्याला निघाला, तेव्हा भीमा म्हणाला, "आता सर्व प्लॉट लवकरात लवकर विक. म्हणजे तूही मोकळा होशील आणि मीही."

पांडा हसत म्हणाला, "मी मोकळाच आहे. तुलाच बांधल्यासारखं वाटतंय."

पांडा पुण्याला निघून गेला. प्लॉटला गिऱ्हाईक आलं, की भीमा फोन करायचा आणि मग दराबाबत बोलणी व्हायची. दर पटला, तर पांडा गावी यायचा. दोन महिन्यांत तीन प्लॉट विक्री झाले.

एके दिवशी रात्री भीमाचा फोन आला. कोणतरी गिऱ्हाईक आलं असणार, असा अंदाज करून पांडानं फोन उचलला. तर भीमानं सांगितलं,

"दोन-तीन दिवस झाले मला ताप आलाय. दोन ठिकाणी दाखवलं. पण कमी झाला नाही. कुठल्या दवाखान्यात जाऊ समजत नाही."

दुसऱ्या दिवशी पांडा गावी आला, तोपर्यंत भीमाच्या पोरांनी भीमाला कोल्हापूरला ॲडमिट केलं होतं. त्याला भेटायला कुणालाच परवानगी नव्हती. भीमा कोरोना पॉझिटिव्ह आला होता. पेशंटबरोबर एकाच व्यक्तीला थांबण्याची परवानगी होती. त्यामुळं भीमाचा धाकला पोरगा थांबला. बाकी सर्व मंडळी परत गेली. पांडा धाकल्याला रोज फोन करायचा आणि म्हणायचा,

"कितीही पैसे जाऊ देत. पण डॉक्टरला ट्रीटमेंट चांगली द्यायला सांग. काही कमी जास्त लागलं, तर लगेच कळव. फोन कर."

पांडानं एकेदिवशी मेन डॉक्टरांची भेट घेतली. पण भीमाचा स्कोर वाढत चालला होता. ऑक्सिजन लेवल ड्रॉप होत होती. डॉक्टर शर्थीचे प्रयत्न करत होते. पांडानं डॉक्टरला सांगितलं,

"बिलाची काळजी करू नका डॉक्टर. कितीही बिल होऊ द्या; पण भावाला काही होता कामा नये." डॉक्टरांनी त्याच्या खांद्यावर हात ठेवला.

पांडा भीमाला भेटायला यायचा; पण भेट व्हायची नाही. तरीही पांडाचा जीव राहत नव्हता. एक-दोन दिवसांनी तो यायचाच. एके दिवशी पांडा असाच कोल्हापूरला येणार होता. एवढ्यात धाकल्याचा फोन आला. 'बाबा आत्ताच गेले' असं म्हणाला आणि त्यानं फोन ठेवून दिला.

आपण काय ऐकतोय हेच पांडाला कळत नव्हतं. जिवाभावाचा सखा गेला. शेवटचं बोलणं राहू दे, पण दर्शनसुद्धा मिळालं नाही. दुःखी मनानं पांडा गावी आला.

घर उदास होतं. भीमा असतानाचा जिवंतपणा नाहीसा झाला होता. भीमा बसायचा, ती खाट पोरकी झाली होती. दवाखान्यातल्या पिशव्या घेऊन धाकला नुकताच आला होता. थोरल्याची बायको आणि आई घरी होती. भीमाची बॉडी पण मिळाली नाही. मग कुठलं दहन आणि कुठलं कार्य? पण करावा लागतो, म्हणून कोल्हापूरच्या स्मशानभूमीकडं तोंड करून विधी केला. पाचव्या दिवशी कार्य केलं. मग आठवड्याभरानं पांडा पुण्याला निघून गेला.

पांडाची दुनिया काळवंडली. त्याच्या रात्रीच्या रात्री उदास जाऊ लागल्या. त्याला कशातच रस उरला नाही. इलाक्यात प्रसिद्ध असणारी जोडी तुटली. न परतण्याच्या प्रवासाला भीमा निघून गेला. आता कुठली दोस्ती आणि कुठली जोडी...

भीमा गेला आणि पुन्हा लॉकडॉऊन सुरू झालं. त्यामुळं पांडा पुण्यातच अडकून पडला. मुळात गावाकडं जाऊ नये, असंच त्याला वाटायचं. आठ-नऊ महिने असेच गेले. नंतर लॉकडाऊन उठला आणि एके दिवशी पांडा मुलाला म्हणाला,

“चल गावी जाऊन येऊ. आता रेकॉर्ड दुरुस्त करावं लागेल. मग प्लॉट विकायला येतील. लवकर रेकॉर्ड दुरुस्त करू.”

दोघंही गावाकडं निघाले. पांडा विचार करत होता. ‘आता भीमाच्या दोन्ही पोरांची नावं सातबारावर लागतील. मग दरवेळी दोघांनाही खरेदी पत्रासाठी रजिस्टर कार्यालयात जावं लागणार. त्यापेक्षा एकट्यालाच मुखत्यारपत्र द्यावं का? पण तसंही नको. दोन्ही मुलं आपलीच आहेत. अविश्वास दाखवल्यासारखं होईल, त्यापेक्षा गावी जाऊनच ठरवूया.’

पांडा गावी आला, तेव्हा सामसूम झाली होती. घरी आई, धाकला आणि त्याची बायको होती. त्याचा पोरगा मोबाईलवर खेळत होता. तो टीव्ही पाहत होता. अचानक पांडाला बघून तो थोडा आश्चर्यचकित झाला. धाकल्याची बायको उठली. तिनं पाण्याचा तांब्या दिला आणि चहा ठेवला. घरात टीव्हीचा आवाज वगळता सर्व शांत होतं. कुणी काहीच बोलत नव्हतं. पांडाला वाटलं, की भीमाच्या दुःखातून अजून सावरले नाहीत.

चहा झाल्यावर मग पांडानं विचारलं, “कारखाना कसा चाललाय?”

तर धाकला काहीच बोलला नाही. त्याची बायकोच म्हणाली, “अजून कुठं चालू झालाय?”

मग थोडा वेळ असाच गेला. पुन्हा पांडा बोलू लागला, “प्लॉटचं तेवढं जिकडं-तिकडं करावं म्हणून आलो. केव्हातरी करावं लागणारच.”

तसा धाकला चवताळला, "कोणाचे प्लॉट? कुठले प्लॉट? बापाला फसवलं, तसं आम्हाला फसवू नका. तुमची चाल अगोदरच कळली होती. म्हणून तर बाबांनी सगळं माझ्या पोराच्या नावावर केलं. नातवाच्या नावावर केल्याशिवाय माझा जीव शांत होणार नाही, असं बाबा सारखं म्हणत होते. त्यांनी सगळी जमीन नातवाच्या नावावर केलीय."

तो झटकन आत गेला आणि कागद घेऊन बाहेर आला. पांडाच्या हातात कागद देऊन म्हणाला, "बघा हे."

पांडा कागद पाहू लागला. सातबारावर आता नातवाचं नाव होतं. अ.पा.क म्हणून सूनबाईचं नाव होतं. भीमानं नातवाच्या नावानं मृत्युपत्र करून ठेवलं होतं. त्या आधारे सातबारा बदलला होता.

पांडाच्या हाताला कंप सुटला. कपाळावर दरदरून घाम फुटला. 'भीमानं अशी दगाबाजी करावी?' पांडावर वीज कोसळावी तसं झालं. आपण आत्ताच्या आत्ता झटका येऊन मरणार, असं त्याला वाटलं. त्याच्या डोळ्यापुढं अंधारी आली, सगळं अंग कापू लागलं आणि पांडा धाडकन् जमिनीवर कोसळला. त्याच्या मुलानं तोंडावर पाणी मारलं, रुमालानं वारं घातलं. फॅन पाच वर सोडला. नाकाला कांदा लावला. अशी दहा-पंधरा मिनिटं गेली आणि मग पांडा शुद्धीवर आला. पांडानं हळूच डोळे उघडले. तो धडपडत उठला. पोराच्या हाताला धरलं आणि तसाच घराबाहेर पडला. आल्यापावली पांडा पुण्याला निघून गेला.

आता सारंच संपलं होतं. आयुष्यभराची कमाई भीमाला दिली, अंगावर कर्जही काढलं; पण भीमानं दगा दिला. 'पैशासाठी कोण कुठल्या थराला जाईल ते सांगता येत नाही. प्रत्यक्ष देवानं जरी सांगितलं असतं, भीमा असं करेल, तरी मला पटलं नसतं. पण आज वास्तव कळलं. आता जगण्यात अर्थ उरला नाही. उमेद संपली. आता नव्यानं सुरू करून काय मिळवणार?' पांडा आतल्या आत धाय मोकलून रडत राहिला. हळूहळू त्यानं अन्न सोडलं. त्याला बायकोनं सांगितलं, मुलानं समजावलं; पण पांडा आतून खचतच चालला. त्याचा माणुसकीवरचा विश्वास उडाला. रक्ताच्या नात्यांवरचा भरवसा संपला. त्याला स्वप्नातही वाटलं नव्हतं; पण ते प्रत्यक्षात घडलं. ज्याच्यावर देवापेक्षा जास्त विश्वास ठेवला, त्यानंच फार मोठा दगा दिला.

मुलगा म्हणाला, "आपण कोर्टात जाऊ या."

पण पांडा तयार नव्हता. ज्याच्याविरुद्ध केस टाकायची, तोच या जगात नव्हता. 'माझं सर्वस्व हिरावून तो केव्हाच नाहीसा झालाय. आपल्या हातात साधं वहीच्या पानावरचं करारपत्र आहे. कोर्टात जाऊन त्यावर काय होणार? अगोदरच जिकिरीला आलोय. आता कोर्टकचेरी कशाला?' पण तरीही मुलानं ऐकलं नाही.

एके दिवशी मुलगा पांडाला घेऊन वकिलांकडं गेला. वकिलांनी करारपत्र पाहिलं, ऑनलाईन सातबारा काढला. दोन फेरफार आणायला सांगितले आणि सगळी कागदपत्रं मिळाल्यानंतर वकील म्हणाले,

"दावा ठोकू. यश मिळण्याची शक्यता आहे."

भीमाचा पोरगा आणि सुनेविरूद्ध पांडानं कोर्टात दावा केला. दावा चौकशीला आला. मूळ मृत्युपत्र कोर्टात हजर करण्याचा आदेश झाला. भीमाच्या पोरानं ते हजर केलं. त्याची एक प्रत पांडाला मिळाली. भीमानं केलेलं मृत्युपत्र बघून पांडाचे डोळेच विस्फारले. कारण त्यावरची सही संशयास्पद होती. भीमाची सही थोडी वेगळी होती. पांडानं ही गोष्ट वकिलांना सांगितली. मग कोर्टामार्फत सह्यांची पडताळणी करायचं ठरलं. भारतीय पुरावा कायदा कलम ७३ प्रमाणे वकिलांनी अर्ज केला. कागदपत्रं पुण्याला अक्षरतज्ज्ञाकडं पाठवण्यात आली. भीमानं करून दिलेलं करारपत्र, लाईट घेतेवेळी अर्जावर केलेली सही, वडिलांच्या कडून जमीन नावावर केली, त्यावेळची सही आणि मृत्युपत्रावरची सही यांची पडताळणी करण्यात आली.

आठवड्याभरानं रिपोर्ट आला. मृत्युपत्रावरची सही खोटी निघाली. ती सही भीमाची नव्हती. डुप्लिकेट सही करण्यात आली होती. भीमाच्या नावानं केलेलं मृत्युपत्र कोर्टानं रद्दबातल ठरवलं. पांडा आणि भीमानं केलेलं करारपत्र कायदेशीर आहे, असं कोर्टानं जाहीर केलं. पांडाची जमिनीवरची मालकी आणि कब्जा कायदेशीर ठरवला. खोटं मृत्युपत्र आणि खोटा पुरावा निर्माण केला, म्हणून भीमाच्या पोरावर आणि सुनेवर फौजदारी करावी, असाही कोर्टाचा आदेश निघाला.

कोर्ट हॉलमधून पांडा बाहेर आला आणि मटकन खाली बसला. त्याचे डोळे भरून आले. दोन्ही हात जोडून तो आभाळाकडं पाहत राहिला. त्याच्या डोळ्यातून पाण्याच्या धारा वाहत होत्या. पांडा सारखं एवढंच म्हणत होता,

"माझा भीमा असं करणार नाही. मला माहीत होतं. भीमा असलं कधीच काही करणार नाही."

ooo

बाप

"**तुझा बाप उरात** जखमा घेऊनच जगला. एकाही जखमेनं खपली धरली नाही. सगळ्या जखमा भळभळतच राहिल्या. कधी त्यातून नासकं रक्त ठिबकत राहिलं, तर कधी त्यातून हिरवट-पिवळा पू ठिबकत राहिला ; पण जखमा बऱ्या झाल्याच नाहीत."

वयाच्या पन्नाशीत घटस्फोटाचा अर्ज केलेल्या अर्जदाराच्या मुलाला मी त्याच्याच घरची कहाणी सांगत होतो.

माझ्याकडं बैजू सावंत विरूद्ध भक्ती सावंत अशी घटस्फोटाची केस सुरू होती. त्यांना बलराज हा मुलगा होता. मी, बैजू सावंत आणि भक्ती सावंत (पूर्वीची भक्ती शिंदे) एकाच कॉलेजचे विद्यार्थी होतो. त्या दिवशी बलराजला मीच बोलावून घेतलं होतं.

बलराजला मी पुढं सांगू लागलो, "मुळात तुझी आई ही पत्नी झाली. पण तुझ्या बापाची सावली होता आलं नाही तिला. तुझा बाप कष्ट करत राहिला. दुःख झेलत राहिला. प्रपंचाचं घरटं बांधत राहिला. तो तुम्हा सर्वांचा रात्रंदिवस विचार करत राहिला. त्याचे काही निर्णय चुकले, बरेच यशस्वी झाले. पण तो थांबला नाही. पुढं चालतच राहिला. घराबाहेरच्या संकटांना तो कधीच घाबरला नाही. त्यानं नेहमीच धीरानं तोंड दिलं. कधी खचला नाही, निराश झाला नाही. उमेदही हरला नाही.

तू लहान होतास बलराज. बैजूला (तुझ्या बापाला) धाकल्या भावानं आणि बहिणीनं

घराबाहेर काढलं. त्यांचं खूप मोठं भांडण झालं. मग अंगावरच्या कपड्यानिशी बैजू बाहेर पडला. त्यानं सरळ माधवनगर गाठलं. दोन दिवस पाहुण्यांकडं राहिला. तुम्ही दोघं भावंडं, भक्ती आणि बैजू असे चौघंजण किती दिवस पाहुण्यांकडं राहणार? मग त्यानं दोन दिवसांनी निर्णय घेतला, की कोल्हापूरला जायचं.

गवत मंडईला लागून कोल्हापुरात एक खोली भाड्यानं घेतली. तिथंच एका दुकानात बैजूला काम मिळालं. ऑटोपार्ट्सची पार्सल डोक्यावरून आणायची. दुकानातली पार्सल ट्रान्सपोर्टला टाकायची. त्याचं पॅकिंग करायचं, त्यावर नाव आणि पत्ता टाकायचा. बारदान व्यवस्थित लावायचं, अशी कामं बैजू करू लागला. या कामाच्या बदल्यात पहिल्यांदा उचल घेतली. घर मालकाला थोडा अॅडव्हान्स दिला. राहिलेल्या पैशात स्टोव्ह, रॉकेल, तांदूळ आणि चार भांडी घेतली. कोल्हापुरात त्या पडक्या खोलीत तुझ्या बापानं पुन्हा संसार चालू केला.

तुमच्या शिक्षणाचा प्रश्न होता. नवीन प्रवेशासाठी शाळा सोडल्याचा दाखला हवा होता. पण वर्ष संपण्यापूर्वी अध्ये-मध्ये दाखलाही मिळत नव्हता. तुमचं वर्ष वाया जाणार होतं; पण त्याला काही इलाज नव्हता. तुमच्या बापाला दोन दिवस झोप नाही. तो मित्राकडं गेला, शिक्षकांकडं गेला, शाळेतही गेला. त्यानं पिच्छाच सोडला नाही. शेवटी एक मार्ग निघाला. एका शाळेतील हेडमास्तर म्हणाले,

"आपण पूर्वीच्या शाळेत पत्र पाठवूया. मुलांना उद्यापासून शाळेला सोडा."

त्या दिवशी बैजू थोडा शांत झोपला. बैजूची अशी रोज धावपळ व्हायची. तुमचं शिक्षण, राहण्याची सोय, घराचं भाडं, अंगावरची उचल, गावाकडचे भावाबरोबरचे वाद, दुकानातली कामं, अंधारलेलं भविष्य आणि पुढची खडतर वाट. या काळोखातही बैजू चालत राहिला; पण तुझ्या आईला मात्र यातलं काहीच पटत नव्हतं.

आईची वाटच वेगळी होती. तिला कायम तिच्या भावाच्या पोराबाळांची चिंता, सतत माहेरचीच ओढ. 'भाऊ भोळा आहे, त्याला कुणाचा पाठिंबा नाही. त्याला कळत नाही. तो निर्णय घेऊ शकत नाही. सारं मलाच बघावं लागतं.' अशी तुझ्या आईची भावना.

"पोटच्या पोरांचं सोडून भावाच्या पोरांची कशाला काळजी करतेस?" असं बैजू एकदाच म्हणाला.

तर भक्तीनं आठ दिवस अबोला धरला. बैजूबरोबर तिनं उभा दावाच मांडला.

"माझ्या भावाबद्दल आणि आई-वडिलांबद्दल बोललेलं मला आवडणार नाही", असं म्हणाली आणि एक दिवस तुम्हा सर्वांना सोडून ती माहेरी निघून गेली.

बैजूची चाललेली धडपड, ऊर फुटेस्तोवर धावाधाव, घरावर आलेलं संकट, बैजूचे कष्ट या कशाचाच विचार केला नाही. हे कोणासाठी चाललंय, याचाही विचार केला नाही. तिनं

भडक माथ्यानं थेट माहेर गाठलं. बैजूच्या उरातली ही पहिली जखम.

बैजूनं धाकल्या भावावर नको तेवढा विश्वास टाकला. व्यापारामुळं बैजू कधी नागपूर, तर कधी औरंगाबादला असायचा. दोन-दोन महिने गावी यायचा नाही. आईला दिलेल्या वचनाप्रमाणं बैजू पळत होता. राबत होता घरासाठी, धाकल्या भावासाठी आणि बहिणीसाठी.

धाकला मात्र शौकीन निघाला. दिवसभर हुंदडायचा. कधी कधी दारू प्यायचा. कोळ्याच्या विधवा रंजीचं प्रकरण तर गावभर झालं. पण धाकल्याला त्याचं सोयरसुतक नव्हतं. बैजूचं गावात वजन होतं, मानमरातब होता. त्याच्या कानावर ही गोष्ट गेलीच नाही. कोण घालणार? कोण धाडस करणार? तुम्ही गावी असता, तर कदाचित हे झालं नसतं. बैजू मिळवत होता आणि धाकला उधळत होता.

बैजू गावी येणार अशी कुणकुण लागली, की धाकला घर सोडायचा नाही. कामात दंग राहायचा, शेताकडं जायचा, वैरण काडी बघायचा. चार दिवस मळके, फाटके कपडे घालायचा. पण बैजू परत गेला, की धाकल्याचं मागचं ते पुढं.

रंजीच्या नादानं धाकला कंगाल झाला. रंजीची दोन पोरं आणि एक पोरगी. त्यांचा प्रपंच धाकलाच चालवत होता. कष्ट बैजूचे, पैसा बैजूचा; पण मालक धाकला आणि प्रपंच मात्र रंजीचा. एके दिवशी रंजीच्या चुलत भावानंच बैजूला हे कारस्थान सांगितलं.

बैजूनं धाकल्याला बोलवून घेतलं आणि दोन तडाखे लावले. बैजू कडाडला, संतापला, चवताळून उठला. 'आपली परिस्थिती काय? आपण करतोय काय? थोडीतरी अक्कल पाहिजे.' पण धाकल्याच्या चेहऱ्यावरची रेषही हलली नाही. थंडगार बर्फागत तो बसून राहिला. 'चुकलं' म्हणाला नाही. 'पुन्हा असं करणार नाही' असं म्हटला नाही. उलट नंतर त्यानं बैजूबरोबर बोलणं सोडलं. बैजूच्या उरातली ही दुसरी जखम.

आईच्या माघारी घराचं वाळवण झालेलं होतं. तुझ्या आजोबानं दारूच्या पायात कर्ज करून ठेवलं होतं. सारा जमीन-जुमला भगवान देसाईला गहाण दिला होता. शेवटी दारूतच आजोबा मेला. आज्जीनं मात्र बैजू, धाकला, आणि तुझी आत्या यांना घरपण दिलं. त्यांना शिकवलं, शहाणं केलं. पण तिलाही दम्याचा विकार होता. एका रात्री खोकत खोकत तीही गार झाली. शेजारी बैजू होता. त्याचा हात हातात घेत म्हणाली,

"आता तूच कर्ता. तुझ्यावरच भार पडलाय."

मग धाकल्याकडं आणि तुझ्या आत्तीकडं हात करून म्हणाली,

"यांना अंतर देऊ नको. जमीन-जुमला सोडव." असं म्हणत खोकल्याच्या उबळीतच तिचे डोळे गारगोटी झाले. आई कायमची गेली. बैजूच्या उरातली ही तिसरी जखम.

तीही जखम घेऊन तो पळू लागला. कर्ता बनून बहिणीचं लग्न केलं, तिला चांगल्या घरात दिली. सोनं-नाणं केलं. माहेरवाशिणीच्या दुरडीपासून पाहुण्यांच्या आहेरापर्यंत सगळं

केलं. तिचं पण सगळं सुरळीत लावलं.

कधी तरी तिचा फोन यायचा. ती म्हणायची, "धाकल्याकडं बघ. तू काय चार रुपये कमवशील; पण तो भोळा आहे. त्याला तुझ्याशिवाय कोण आहे?"

बैजू सगळं ऐकून घ्यायचा; पण बहिणीचं बोलणं त्याच्या जिव्हारी लागायचं. आई-बापाच्या माघारी सगळ्यांनी घर उभारावं. ती सर्वांचीच जबाबदारी आहे. पण त्याऐवजी सगळे बैजूला दोषी धरत होते. जबाबदार धरत होते.

एके दिवशी बहिणीनं धाकल्याला मुक्कामाला बोलावलं. जेवण झाल्यावर ती त्याला झोपताना म्हणाली, "तुझं तू आता काहीतरी बघ बाबा. त्याचं काय लग्न झालंय. तो पैसे मिळवतोय. आता त्याला पोरं होतील. पण तुझं काय?" मग धाकला जास्तच बिथरला.

बैजू घरी पैसे पाठवायचा. आजोबानं केलेलं कर्ज फिटावं, जमीन-जुमला सोडवावा ही बैजूची त्यामागची भावना; पण झालं उलटंच! धाकला चैनी करायला लागला. बहीणही त्याचीच बाजू उचलून धरू लागली. ही बैजूच्या उरातली चौथी जखम.

'मात्र काही झालं, तरी आईला वचन दिलंय. त्यामुळं जबाबदारी आपलीच आहे', ही बैजूची ठाम भावना होती.

धाकल्याचं लग्न करायचं होतं. बैजू भोसेला गेला, खानापूरला गेला, वांगीला गेला, संपूर्ण इलाक्यात फिरला. त्यानं मुलगी बघितली आणि धाकल्याचं लग्न करून दिलं. बहिणीला दागिनं आणि भावजयला सोनं, असं सगळं एकट्यानं केलं.

बैजूच्या अंगावर कर्ज वाढलं. नागपूरकडची धंद्याची साईट बंद झाली. सगळा बोऱ्या-बिस्तरा घेऊन बैजू गावी आला. आता त्यानं इथंच काहीतरी व्यवसाय करायचं ठरवलं. भावाची साथ नव्हती आणि बहिणीचाही आधार नव्हता. आई-वडील तर केव्हाच गेलेले. मात्र जाताना विस्कटलेला संसार टाकून गेलेले. बैजूच्या अंगावर कर्ज होतं आणि जवळ पैसा नव्हता. लग्न झाल्यापासून धाकला अजिबात बोलत नव्हता. शिवाय बहीण काड्या घालतच होती.

एके दिवशी बहीण आली होती. तेव्हा घरातल्या राशनवरून भांडण निघालं. बहीण बैजूला म्हणाली, "तू अजिबात घरात काही आणत नाहीस. अशानं घर कसं चालणार?"

बैजू म्हणाला, "आतापर्यंत कमावलं, तेवढं तुमच्या स्वाधीन केलं. पैशाचा हिशेब मागितला नाही. तुमच्यावर विश्वास ठेवला. पण त्या सगळ्या पैशाची तुम्ही वाट लावली. आज तुम्ही जे बोलताय ते बोलताना लाज नाही का वाटत?"

बैजू असं म्हणताच धाकला वस्सकन उठून अंगावर आला, "कुणाची लाज काढतोस? केलंस ते आमच्यासाठी नाही केलंस. तुझ्या आईनं सांगितलं म्हणून केलंस. आमच्यावर उपकार केलेस काय? जे मिळालं ते आईच्या आशीर्वादानंच ना? मग कशाला एवढा टेंभा

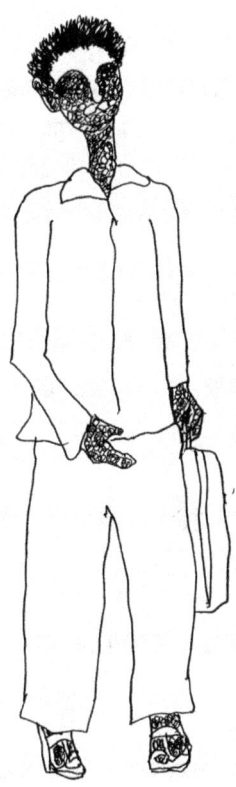

मिरवतोयस? आता तुझी एक दमडी नको आम्हाला. आत्ताच्या आत्ता घराबाहेर हो."

बहीण काहीच बोलत नव्हती. ती खाली बघून जमीन टोकरत होती. थोडा वेळ गेल्यावर धाकल्याला समजावण्याऐवजी ती बैजूलाच म्हणाली, "तू लई चुकीचं वागलास…"

मग तुझ्या बापानं घर सोडलं. बैजूला तिथंच राहता आलं असतं. घर काही धाकल्याच्या एकट्याच्या मालकीचं नव्हतं. पण बैजू स्वाभिमानी होता, नियतबाज होता. त्यानं कोल्हापूर गाठलं. तिथं हमाली केली, नोकरी केली, भागीदारी केली. मग स्वतः दुकान टाकलं, मालक बनला. त्यानं रात्रीचा दिवस केला. संसार पुन्हा उभा केला. तुला बीएड केलं. बंगला बांधला, प्लॉट घेतला. पण यात तुझ्या आईची कुठंच साथ मिळाली नाही. ती अर्धांगिनी झालीच नाही. झाली ती भागीदारीण.

बैजूनं भावाला आणि बहिणीला मदत केली, की तुझ्या आईचं डोकं फिरायचं. गावाकडं पैसे दिले की ती भांडण काढायची. आईच्या वचनाचं सांगितलं, की मेलेल्या आज्जीला शिव्या द्यायची. बैजू तिला समजवायचा,

"तू काही काळजी करू नकोस. मी कमवतोय, तुम्हाला काहीही कमी पडू देत नाही.

थोडे दिवस कळ काढा. माझी जबाबदारी संपली, की मी रिकामा झालो."

पण ती काही ऐकण्याच्या अवस्थेत नसे. या ना त्या कारणावरून रोज भांडण होत असे. ती निमित्त काढून माहेरी गेली. खरं कारण 'बैजूनं बहीण-भावासाठी पैसा खर्चत बसू नये', हे होतं.

अलीकडं तर ती तिच्या भावाला, भावाच्या मुलांना पैसे देऊ लागली. त्यांचा कपडालत्ता बघू लागली.

'तुम्ही तुमच्या बहीण-भावाला पैसे देत असाल, तर मीही देणार', असा हट्ट करू लागली. एके दिवशी तुझा बाप सांगायला गेला, तर आईनं भांडण काढलं. माहेरी निघून गेली. दोन दिवस, चार दिवस, आठवडा गेला, तरी ती परत आली नाही. तू मुंबईला कॉलेजमध्ये. बैजूनं तुला फोन केला; पण तुझा प्रतिसाद म्हणावा तसा मिळाला नाही. तूही आईची बाजू घेतलीस.

"तुमचं पण चुकतंय पप्पा." हे तुझे शब्द ऐकून बाप आतून जळाला. त्याचं काळीजच करपलं. बापाच्या उरातली ही पाचवी जखम.

अशा अनेक जखमा घेऊन बैजू झुंजत राहिला, एकाकी लढत राहिला. कधी परिस्थितीशी, तर कधी नातलगांशी. कधी भावाशी, कधी बहिणीशी, तर कधी बायकोशी. पण यात बायकोनं कहर केला.

मग नाईलाज म्हणून बैजूनं घटस्फोटाकरता अर्ज केला. अर्जाची कोर्टनोटीस निघाली. तुझ्या आईला ती मिळाली. तिला धक्काच बसला. मग तुझी आई जमिनीवरच आली. असं काही होईल हे तिला वाटलंच नव्हतं. तिला तिची चूक उमगली; पण कायद्याप्रमाणं तिनंही वकील दिला.

'मुलं लग्नाला आली, आता नातू येतील. या वयात घटस्फोट?' कोर्टानं दोघांनाही समजावून सांगितलं आणि ते प्रकरण मध्यस्थीकडं पाठवलं. तिथं तडजोड झाली. आज ते संपूर्ण प्रकरण मिटलं आहे. यातलं तुला काहीच माहिती नव्हतं. म्हणून सगळं सांगावं लागलं."

बलराज ऐकत होता. तो खूपच अस्वस्थ आणि गंभीर झाला होता. मी म्हटलं, "बलराज घरी गेल्यावर आता तूही दोघांना समजावून सांग. झालं गेलं विसरून जा म्हणावं. इथून पुढं आनंदी राहा."

बलराज बाकड्यावरून उठला. त्याचे डोळे डबडबले होते. तो म्हणाला, "सर, मी दोघांना समजावत बसणार नाही. पण एक नक्की करणार. घरी गेलं की, गेल्या-गेल्या माझ्या बापाला कडकडून घट्ट मिठी मारणार."

ooo

दिवाळी

दिवाळी जवळ आली की ओढ्याला करंज्या तोडायला जायाचं. येशा, नाम्या, कुमार, बाप्या, संत्या, अंत्या, महिप्या सगळी असायची. पाटीभर करंज्या मिळायच्या. कधी वटाभर मिळायच्या, त्या वाळवायच्या. मग त्या मारवाड्याच्या दुकानात किलोवर विकायच्या. ओढ्याला चिंचा तोडायच्या, त्या वाळवायच्या. त्या पण मारवाडी विकत घ्यायचा. शाळेला दिवाळीची सुट्टी असायची. तेव्हा गुरं हिंडवायला जायाचं. कधी शेंगा, कधी करंज्या, कधी बाभळीचा डिंक गोळा करायचा आणि तोही विकायचा. गावात मारवाड्याचं एकच भुसार दुकान होतं. निळ्या फळ्यांचं, लखलखीत रंगवलेलं आणि 'सुस्वागतम', 'कृपया उधारी बंद आहे' असं गुलाबी अक्षरानं लिहिलेलं.

आलेल्या पैशातून फटाकड्या घ्यायच्या. लाल तोटं, लक्ष्मी तोटं, ॲटमबॉम्ब, भुईचक्र, पिस्तूल, टिकल्याच्या डब्या, रीळ, पाऊस, बाण, फुलबाज्या, सापगोळी, रंगीत काड्या...

आकाशकंदील मात्र घरातच करायचा. कळकाची काटकं गोळा करायची. मग रंगीत कागद आणायचा. बाभळीचा डिंक, वाकळचा दोरा घ्यायचा. आत पणती ठेवायला चौथरा, वर धूर जायला एक मोकळी बाजू. मग सुतळी आणायची, काठी उभी करायची आणि त्याला भिंगरी बांधायची. मग आकाशकंदील वर चढवून बघायचा.

दिवाळी आठवड्यावर आली, की मग गट करायचा. येशा, नामा, कुमार, बाप्या, संत्या,

अंत्या, महिप्या, बाळ्या, अंकुस पाच दिवस गुरं ओवळायची. एक जण सर्वात पुढं. त्याच्या हातात पेटलेलं सायकलचं टायर. दुसरा त्याच्या मागं आणि त्याच्या हातात गवताची केलेली नागफणी. त्यात पेटलेली पणती.

मग गावातील प्रत्येकाच्या गोठ्याजवळ जायचं. तिथं दिवाळीचं गाणं म्हणायचं.

दिन दिन दिवाळी
गाय म्हशी ओवाळी.
गाय म्हशी कुणाची
लक्ष्मणाची.
लक्ष्मण कुनाचा. आई-बापाचा.

घरातली आई-बहीण यायची. पणतीला नमस्कार करायची, पसाभर शेंगा द्यायची. मग पुढच्या गोठ्याकडं जायचं.

म्हातारे म्हातारे का दळणास, का दळणास.
खुट्टा मोडलाय काय करू, काय करू
खुट्या खुट्या का मोडलास, का मोडलास.

तिथली माय वाटीभर खोबरेल तेल द्यायची. पुन्हा पुढला गोठा...

तिथली माय वाटीभर गोडंतेल द्यायची. पुन्हा पुढचा गोठा...

खोबरेल तेल, गोडंतेल, शेंगा, कधी रॉकेल, कधी खोबरं, कधी कडधान्य गोळा व्हायचं. गुरं ओवळायला रात्री १२ वाजायचे. गावाबाहेर शाळा होती. सगळं सामान शाळेच्या पडवीत ठेवायचं. मग घरी झोपायला जायाचं. शेवटच्या दिवशी मात्र भल्या पहाटे उठायला लागायचं. त्या पहाटे गुरं ओवळायची असतात. शेवटचा दिवस म्हणून माणसं भरल्या हातानं देतात. त्या दिवशी शाळेतच झोपायचं आणि तिथूनच लवकर उठून ओवळण्यासाठी जायचं. सगळी एकत्र झोपली, की उठायला वेळ लागत नाही.

दिवाळीचा बाजार करायला दादा (वडील) पलसाला जायचे. कधी कधी विट्याला जायचे. घरी आलं, की पिशव्या सोप्यात ठेवायचे. वाशील त्याल, कपडे, पणत्या, लहान तोट्याची लड, फुलबाज्याच्या दोन पेट्या, रंगीत आगकाडी आणि मोती साबण.

घरात घाण्याचं तेल असायचं. लाडू करायला बायकांची गर्दी असायची. शेजारी नेत्रा नानाचं घर. तिथं रेडिओ असायचा. 'आली माझ्या घरी ही दिवाळी' हे गाणं सुरू असायचं. कानुलं करताना निवळी घ्यायची. कणीक लाटून सारण भरायचं, मग निवळी फिरवायची. आबदारी कानुला करायचा. बाजूच्या परातीत ठेवायचा. रात्री १२-१ कधी वाजायचा ते समजायचं नाही. पुन्हा पहाटेच पहिलं पाणी असायचं.

अंघोळ केली की वाशील तेल लावायचं. चुलीतला इस्तू घायचा आणि अंगणात तोटं

उडवायचं. बाटलीत बाण घालून उडवायचा, ॲटम बॉम्बवर नारळाचं बेल्ट ठेवायचं. बॉम्ब उडल्यावर किती वर जातोय ते बघायचं. अंगणात शेणाच्या गवळणी असायच्या. दळण दळीत असलेल्या, गुरं राखत असलेल्या, स्वयंपाक करतेल्या, फुगडी खेळतेल्या आणि पाणी भरत असलेल्या. त्यांच्या सभोवतेली शेणाचा गोल तट. त्याबाहेर रांगोळी, दोन पेटत्या पणत्या. त्यानं अंगण उजळून निघालेलं.

तासाभरानं मारुतीकडं जायचं. मारुतीचं पानपट्टीचं दुकान होतं. मारुती आमच्याच वर्गातला. पण तो स्वतः पैसे मिळवायचा. त्यामुळं दिवाळीला तो खूप औषिधं उडवायचा. लक्ष्मी तोटं, ॲटम बॉम्ब असा त्याच्या घरापुढं उडलेल्या तोट्यांच्या कागदाचा ढीग पडायचा. त्यातले फुस्के तोटे गोळा करायचे. कधी कधी अर्धी वात असलेले तोटे पण सापडायचे. ते घेऊन घरी जायचं. या गोळा केलेल्या वांझ्या तोट्याची पिशवीच भरायची. पुढं कित्तेक दिवस ती तशीच राहायची.

मारुतीच्या पानपट्टीत पण तोटं मिळायचं. आम्ही कधीतरी बसायला जायचो. रस्तूम आण्णा सिगारेट ओढायला यायचा. पण तो उधारीवर घ्यायचा. मारुती कायम त्याची चेष्टा करायचा. एकदा रस्तूम आण्णानं सिगारेट मागितली. मारुतीनं अगोदरच एका सिगारेटमधली तंबाखू काढून त्यात लहान फटाका भरला होता. वर तंबाखू भरल्यानं काही कळत नव्हतं. आण्णानं सिगारेट पेटवली. दगडावर बसून निवांत झुरके घेऊ लागला. चार-पाच झुरके झाले असतील. सहाव्या झुरक्याला अचानक स्फोट झाला. आण्णाच्या सगळ्या मिशा जळल्या.

लोकं पोट धरून हसायला लागली.

दिवाळीत घरी पाहुणा आला, की ताटात दिवाळी द्यायची. कळ्याचं लाडू, गऱ्याचं लाडू, काटं-खुडूबळं, कानुलं, चिवडा. मग पाहुणा म्हणायचा,

"दिवाळी बघितली की मळमळतंय. दुसरं काय बी द्या. पण लाडू आणि कानुलं नकोत."

महिनाभर अगोदरपासूनच वाटायचं की, दिवाळी कधी यायची? आणि दिवाळी झाल्यावर महिनाभर वाटायचं की दिवाळी अजून असावी.

शाळेला दिवाळीची सुट्टी होती. सकाळी १०-११ वाजता गुरं घेऊन शेतात जायचं. जाताना काडेपेटी, थोडं तोटं न्यायचं. गुरामागं तोटं उडवायचं. एकदा येशानं फुसक्या तोट्यातली दारू दगडावर गोळा केली आणि 'आता मोठा बार उडवतो' म्हणाला. दोन वेळा मोठा दगड मारला. पण बार उडाला नाही. मग म्हणाला, 'स्फोट करू या.' त्यानं काडी लावायचा प्रयत्न केला; पण दारू पेट घेत नव्हती. त्यानं फडकं पेटवलं आणि दारूवर टाकलं. पण ते विझायला लागलं. मग वाकून फुकायला लागला. तशी अचानक, भसकन दारू पेटली. येशाचा चेहरा चांदीचा रंग देतो, तसा झाला. तो तालीत जाऊन तोंड धुवून आला. सगळी पोरं पोट धरून हसायला लागली. येशाच्या डोळ्याच्या भुवया पण जळल्या होत्या. तो चिंपाझीसारखा दिसू लागला होता.

गुरं राखताना हुरहूर वाटायची, दिवाळी संपू नये, असं वाटायचं. आई म्हणायची,

"आता दिवाळी आणि सारं सण ववाळी. आता लवकर कुठला सण नाही." तेव्हा खूपच उदास वाटायचं.

गुरं ओवाळताना कधी कधी पेटतं टायर घेऊन ओढ्याकडं जायचं. तिथं खेकडं धरायचं आणि त्याची कढी करायची. बंधाऱ्यावर रात्री १ वाजता खेकडं धरायला येशा लै धाडशी. बिळातला खेकडा त्यानंच धरावा. दगडाखालचा खेकडा त्यानंच पकडावा.

एकदा गुरं ओवाळायची संपली. आम्ही १०-१२ जण वस्तीवरनं गावाकडं येत होतो. सगळीजण म्हणाली,

"चुनखडीला जाऊ या. खेकडे घावत्यात का बघू या."

चुनखडीतला ओढा देवबाभळीचं किंजाळ असणारा, दगड-धोंड्याचा होता. पण येशा घाबरत नव्हता. तो म्हणायचा,

"चला मी आहे. अंधारात खेकडे बाहेर येतात. ते खाद्यासाठी भटकत असतात."

येशाला त्याबद्दल बरीच माहिती असायची. येशानं टायरवाल्या संपाला हाक मारली.

"तू माझ्या मागं उभं रहा" म्हणला. तो पुढं वाकून पाण्यात चालू लागला. दगडाखाली हात घातला की भला मोठा खेकडा धरायचा. त्याच्या अक्राळविक्राळ नांग्या मुठीत धरायचा आणि त्या नांग्या तोडायच्या. खेकड्याच्या पाटची डबी पाटीत टाकायची. तासाभरात पाटी भरून

गेली. शेवटचा खेकडा धरायचा म्हणून येशानं बिळात हात घातला. थोडा वेळ तसाच राहिला आणि झट्‌कन हात बाहेर काढला. खेकड्यानं करंगळी तोडली होती. पाणी लाल दिसू लागलं, त्यामुळं सगळी पोरं घाबरली. पण येश्या बाहेर आला. त्यानं एरंडमुंगलीचा पाला काढला. तो दगडावर चेचला आणि करंगळीला लावला. मग करंगळी फडक्यानं बांधली आणि म्हणाला,

"चला कढी करू या."

असा हा येशा. खूप धाडसी! आमच्या मित्रांच्या गळ्यातला ताईत.

अशाच एका दिवाळीत पेटतं टायर घेऊन आम्ही खेकडं धरायला ओढ्याला गेलो. नेहमीप्रमाणं येशा पुढं आणि आम्ही मागं. रात्रीचे ११ वाजलेले होते. काळं पाणी संथपणे वाहत होतं. देवबाभळी बाजूला सारत येशा खेकडं पकडत होता. एक मोठा खेकडा घळीतून पुढं गेला. येशानं सपकन् हात घातला. पण खेकडा बिळात शिरला. पाटी भरत आली होती. येशाला आम्ही म्हणलं, 'बास करू या.' पण तो ऐकत नव्हता. त्याला तो मोठा खेकडा धरायचा होता. त्यानं बिळात हात घातला. हात कोपरापर्यंत गेला, नंतर दंडापर्यंत गेला. मग नेहमीसारखा त्यानं खेकडा बाहेर काढला; पण हात रक्तबंबाळ झाला. दोन-तीन बोटातून रक्त येत होतं. त्यानं हाताला फडकं बांधलं. आम्ही खेकड्याची पाटी घेऊन गावी आलो. झोपायच्या ठिकाणी चूल केलेली होती. सगळी चुलीजवळ गेली आणि खेकडं धुवू लागली. तोवर येशाला गरगरायला लागलं. तो म्हणाला,

"मला चक्कर यायला लागलीय." असं म्हणत तो तिथंच पडला.

कुणालाच काही सुचत नव्हतं. रात्रीचे १२ वाजून गेले होते. गाव सामसूम झालं होतं. कुणाला सांगायचं? मग आम्ही त्याला पाणी पाजलं. मेलेलं खेकडं तसंच पडलेलं, चूल विझून गेलेली. कुणीच जेवलं नाही. 'सकाळी उठलं की दवाखान्यात जाऊ. तोपर्यंत झोपू या.' असं ठरवून हळूहळू सगळीच कलंडली.

पहाटे कुमऱ्या उठला आणि त्यानं सगळ्यांना उठवलं. पण येशा निपचित पडला होता. त्याच्या तोंडाला फेस आला होता. अंगाला हात लावला, तर अंग थंडगार पडलेलं. दोघंजण येशाच्या घरी पळतच गेली. बघता बघता ही बातमी गावभर पसरली.

येशा गेला. दिवाळीच्या दुसऱ्या अंघोळीला गेला. सर्वांचं काळीज तुटलं. दिवाळी काळीकुट्ट झाली. न परतीच्या प्रवासाला येशा कायमचा गेला. पेटत्या टायरच्या उजेडात धाडसानं बिळात हात घालणारा, दोस्तांना हसवणारा आमचा येशा कायमचा गेला.

आता दरवर्षी दिवाळी येत राहते. पण पूर्वीसारखं भरून येत नाही. तशी दिवाळीही आता राहिली नाही. पूर्वी दिवाळी संपू नये असं वाटायचं. आता मात्र ऐन दिवाळीत येशाची आठवण येत राहते. दिवाळीची दुसरी अंघोळ कधीच येऊ नये असं वाटतं.

ooo

असूया

जेलसी हा प्रकार काल नव्यानं अनुभवास आला. पूर्वी ऐकून माहीत होतं, बऱ्याच वेळा पक्षकारही सांगत असत; पण पटत नव्हते. पक्षकार सांगायचे,

"विरुद्ध पार्टीला आमचं चांगलं चाललेलं बघवत नाही. ते आमच्यावर जळत आहेत. त्यांच्या पोटात दुखत आहे. त्यांना आमच्याबद्दल विनाकारण जेलसी आहे."

हे त्यांचं म्हणणं मी ऐकून घेत असे. पण ते खोटं वाटायचं. न बघवणाऱ्याला तेवढंच काम आहे का? त्याला इतर कामातून दुसऱ्यावर जळायला वेळ तर नको का? असं मला वाटायचं. बरं आपण काहीतरी खोड काढल्याशिवाय तरी कोण कसं जळेल? असंही वाटायचं.

मात्र काल खूप वर्षांनी एक वर्गमित्र भेटला आणि त्यानं माझ्या या समजुतींना तडाच घालवला. खरं म्हणजे हा आमच्याच ग्रुपमधला होता. सगळ्यांसारखीच त्याचीही परिस्थिती गरीब होती, घरी रॉकेलचा कंदील, शेती नाहीच. वडील रिटायर शिक्षक होते. त्यांना येणाऱ्या पेन्शनवरच घर चाललं होतं. त्यात त्यांना चार मुली आणि चार मुलगे. त्यातला हा सर्वात धाकला होता. याचे तीनही भाऊ पैसे मिळवत होते; पण याला देत नव्हते.

मग आम्हीच त्याला सांभाळून घ्यायचो. कधी लागली तर वही द्यायची, फी भरताना

कमी पडले, तर थोडे पैसे द्यायचो. कधी त्याला जेवणाचा डबा द्यायचो; पण त्यामागं सहानुभूती कधीच नव्हती. होती ती फक्त निर्मळ मैत्री आणि निरागस दोस्ती! ती झपूर्झा (कोवळं) वयातली एक टवटवीत भावना होती. त्यामुळंच आम्ही सर्व मित्र एका जीवानं राहात होतो. आम्ही खेळायला एकत्र, जेवायला एकत्र असायचो. एकमेकांच्या घरी जाणं-येणं तर कायमचंच असायचं. मग अभ्यासही एकत्रच करायचो.

मी शाळेत नेहमी पहिला असायचो. अभ्यासात हुशार होतो. मी मन लावून अभ्यास करायचो. कारण मागची परिस्थिती अत्यंत वाईट होती. शाळा शिकलो नाही, तर कायमची म्हसरं राखावी लागणार होती. कदाचित ती भीती असेल; पण मी खूप अभ्यास करायचो. माझा अभ्यास बघून बरेच मित्र आमच्या घरी अभ्यासाला यायचे. तसा हा मित्र पण यायचा. आमच्या गावापासून तीन-चार मैलांवर त्याचं गाव होतं. तिथून तो सायकलनं यायचा; पण अभ्यास करायचाच नाही. कुठले तरी विषय काढून हसतच बसायचा.

आमचं घर कुंभारी कौलांचं असं साधंच होतं. घरी लाईट नव्हती. रॉकेलचा दिवा आणि एकच कंदील होता. तो पण गुरांची वैरण काडी करायला असायचा. रात्री उशिरा वैरण काडी करून झाली, की मग अभ्यासाला कंदील मिळायचा. तिथून पुढं अभ्यास करायचा. अभ्यासाला आलेल्या प्रत्येक मित्राचा कंदील असायचा. मग आमचा कंदील येईपर्यंत मी पडून राहायचो. कंदील यायला बराच उशीर व्हायचा. तोपर्यंत बाकीचे मित्र अभ्यास करून झोपायचे. आमचा कंदील आला, की माझा अभ्यास सुरू व्हायचा. मी थोडा वेळ अभ्यास करून मग झोपी जायचो.

असं करता-करता आम्ही दहावीला गेलो. शाळा पाच गावांच्या मध्यभागी, गावापासून दोन मैलांवर होती. दहावीला असताना जनरल सेक्रेटरी पदाची निवडणूक लागली. मीही उमेदवार म्हणून उभा राहिलो. माझ्याविरुद्ध श्रीमंत विद्यार्थी उभा होता. त्याच्याकडं मोटरसायकल होती. तो शाळेला मोटरसायकलनं यायचा. त्याचे वडील इंजिनीयर होते. माझ्याकडं तर सायकलसुद्धा नव्हती. चालत शाळेला जात होतो; पण मित्रपरिवार मोठा होता आणि आजही आहे. आमच्यात प्रत्येकाला सहकार्याची भावना होती. बऱ्याच जणांना तर मी बळजबरीनं अभ्यास करायला लावायचो. कोणी नापास झाला, तर धीर द्यायचो. पास झाला, तर जुनी पुस्तकं आणि वह्या घेण्याकरता मदत करायचो. कदाचित त्यामुळंच असेल, मी भरघोस मतांनी निवडून आलो. त्या वर्षात विद्यार्थ्यांसाठी छोटी-मोठी कामं केली. बघता बघता वर्ष संपत आलं, परीक्षाही जवळ आली.

दहावीची परीक्षा तालुक्याला होती. अभ्यासासाठी म्हणून आम्ही तालुक्याला

गेलो. तिथं स्वस्त भाड्याची खोली घेतली. पण दुर्दैवानं तिथंही लाईट नव्हती. तिथंही कंदीलावरच अभ्यास केला. काही दिवसांनी निकाल लागला. मी पास झालो, मला चांगले मार्क पडले; पण माझा हा मित्र नापास झाला. त्यामुळं मला खूप वाईट वाटलं.

मी पुढं अकरावीला प्रवेश घेतला. त्याचवेळी एका दुकानात कामाला लागलो. काम करत करत कॉलेजला जात होतो. मग तासगावातच खोली घेतली आणि तिथंच राहू लागलो.

नंतर हा मित्र दहावीचे विषय घेऊन बसला, पास झाला आणि बारावीला गेला. त्याची परीक्षा जवळ आल्यावर त्याला पुन्हा तासगावला यावं लागलं. पण त्याला खोली मिळत नव्हती. मिळाली तरी एकट्याला भाडं परवडत नव्हतं. त्यानं मला विनंती केली. 'आठ दिवस तुझ्या खोलीत घे' म्हणाला. मित्रच तो. त्यामुळं मी लगेच होकार दिला. तो काही दिवस आमच्या खोलीत राहिला.

परीक्षा संपल्यावर तो निघून गेला. त्यानं खोली सोडली, त्यावेळी दुपारची वेळ होती. मी आणि माझे रूमपार्टनर कॉलेजमध्ये होतो. आमचं लेक्चर चालू होतं. कॉलेज सुटल्यावर सायंकाळी आम्ही रूमवर आलो, तर माझं सामान विस्कटलेलं दिसलं. एक-दोन वह्या फाडलेल्या दिसल्या, काही वस्तू छतावर टाकलेल्या दिसल्या. मला तो प्रकार काही समजला नव्हता. नंतर लक्षात आलं की, जाताजाता या मित्रानंच तो प्रकार केला होता. मला आश्चर्य वाटलं. त्याच्याशी कधी साधी तक्रार नाही, कधी शिवीगाळ केली नाही. उलट मीच त्याला रूममध्ये घेतलं आणि मदत केली. मग त्यानं असं का करावं? याचा मला खूप राग आला होता. पण तो तर गावी निघून गेला होता. सुट्टीला गावी गेल्यावर जाब विचारू, अशी मनाची समजूत घातली आणि गप्प बसलो.

मी पुढं शिक्षण घेत राहिलो. बऱ्याच दिवसांनी समजलं की, त्याला मामानं औरंगाबादला नेलंय. तिथं खतांच्या दुकानात तो काम करतोय. नंतर मात्र त्याची माझी गाठ अशी पडली नाही.

पुढं मी पदवीधर झालो. एकदा लांबूनच त्याची गाठ पडली. पण तोही गडबडीत होता आणि मीही. त्यावेळी तो खूपच खराब झालेला दिसला. त्याची गालफाडं आत गेली होती. हाडं आणि कातडं एक झालं होतं. त्याचं वागणं चिडखोर असल्यागत झालं होतं. मला समजलं, की दुकानातूनही त्याला हाकलून दिलं आहे. त्यामुळं तो आता कशीबशी शेती करत होता.

त्यानंतरही कित्येक वर्षं त्याची भेट झाली नाही. माझं त्याच्या गावाकडं जाणं-येणं कामापुरतंच होतं. त्याच्या गावात माझे चुलत मामा होते. मी कधी मामाकडं गेलो, तर तो नसणार. तो असला, तर मी जात नसे. पण अशी जवळपास दहाएक वर्षं गेली

असावीत.

काल एका लग्नात त्याची गाठ पडली. तिथं माझे इतरही वर्गमित्र होते. खूप वर्षांनी आम्ही भेटत होतो. आता बऱ्याच जणांची मुलं लग्नाला आली होती. एका वर्गमित्राला तर नातू झाला होता. आमच्या गप्पा-टप्पा सुरू होत्या. तब्येत, मुलं, त्यांचं शिक्षण, नोकरी हेच विषय होते. गप्पांच्या ओघात शाळेच्या जीवनाचा विषय निघाला. कोण हुशार होतं? कोणते शिक्षक कसे होते? कोण शाळा सारखं बुडवत होतं? वगैरे गप्पा सुरू होत्या. अचानक त्या मित्राला काय झालं ते समजलं नाही. माझ्याकडं बोट करून वस्सकन अंगावर येत म्हणाला,

"हा आमच्यातला हिरो होता. आम्हाला गोड बोलून झोपवायचा आणि एकटाच अभ्यास करायचा. असं दुसऱ्याला झोपवतच तो मोठा झालाय. आम्ही नाही शिकलो. कारण आम्हाला याच्यासारखे दोस्त मिळाले. पण आमची पोरं तरी शकतील की." गडी खूपच तापला होता.

तुम्हाला सांगतो, मला कळायचं बंद झालं. काही सुचेनासं झालं. एकदमच कसा काय गडी पिसाळला? त्याच्या वाळलेल्या काटकीवरही कधी पाय दिला नाही. ना कधी देणं, ना कधी घेणं. कधी साधी तक्रार नाही, कधी चेष्टेनंही त्याची खोडी काढली नाही. कधीकाळी खोली सोडताना माझं सामान विस्कटलं, ती गोष्टही मी विसरून गेलो होतो. त्याबाबतही मी कधी कुठं वाच्यता केली नव्हती. कधी कुणाजवळ बोललो पण नव्हतो. याचा दुसरा काहीतरी गैरसमज झालाय काय? याचे कोणी कान भरलेत का? याला कोणी आपल्याबद्दल काही सांगितलंय काय? मी आपला विचार करत होतो.

थोडा वेळ गेल्यावर तो शांत झाला आणि बाकीच्या मित्रांनी मला, 'तो असाच आहे' अशा अर्थानं खुणवलं होतं. मी शांतच होतो. पुन्हा इकडच्या तिकडच्या गप्पा झाल्या आणि वातावरण सैल झालं. थोड्या वेळानं बैठक उठली. सर्वजण आपापल्या मार्गानं निघून गेले.

तोही उठून निघू लागला आणि मीही निघालो. पण जातेवेळी मी त्याचे हात हातात घेतले आणि म्हटलं,

"तू कसाही वागलास, तरी तुला आम्ही सोडणार नाही. कितीही केलं तरी तू लहानपणीचा दोस्त आहेस."

असं मी म्हटल्यावर त्यानं माझ्याकडं फक्त निर्विकार चेहऱ्यानं बघितलं. कुठल्याच भावना नाहीत, ना की आपण चुकीचं बोललेलं वैषम्य त्याच्या चेहऱ्यावर होतं. ठोकळ्यासारखा चेहरा करून तो तसाच उभा राहिला.

घरी आल्यावर मीच अस्वस्थ होतो. पण किती? अगदी थोडावेळ. मी खूप विचार

केला की, काहीजण जेलसी घेऊनच जन्माला येतात. इतरांचा चांगुलपणा पाहिला, की त्यांचं मस्तक उठतं. मनातल्या मनात ते कुढत राहतात. इतरांची प्रगती ही वाममार्गानं होत आहे, अशी त्यांची धारणा असते. शेजारी-पाजारी किंवा मित्र कामधंदा करत असेल, तर तो ईर्षा करतोय असं त्यांना वाटतं. सगळं जग त्यांच्या विरोधात आहे, असं त्यांना वाटतं. आपल्या अधोगतीला आपला स्वभाव नव्हे, तर इतर माणसं जबाबदार आहेत, असं त्यांना वाटतं. आत्मपरीक्षण करण्याची तर त्यांना गरजच वाटत नाही. एखाद्यानं समजूत काढण्याचा प्रयत्न केला, तर तो शत्रू होतो. त्याला ते शत्रूच समजतात. थोडक्यात काय, तर इतरांच्यावर जळत राहणं, हा त्यांचा स्थायीभाव असतो.

माझ्या मित्राचा पण असाच स्थायीभाव बनला असावा. तो इतकी वर्षं माझ्यावर विनाकारण जळत होता. खरं म्हणजे तो सगळ्यांवरच जळत होता. त्यामुळं त्याला शुगर झाली होती, शिवाय बीपीचाही त्रास होत होता. मला त्याची अधोगती झालेली पाहवत नव्हती. पण इलाज तरी काय होता? मनातल्या मनात मी त्याचे आभार मानले,

मित्रा, तू असाच माझ्यावर जळत राहा. मला त्याचं वाईट वाटणार नाही. कारण तू किंवा तुझ्यासारखे काही मित्र जळत राहतात, तेव्हा माझी पाऊलवाट प्रकाशमय होते. मला माझाच रस्ता स्पष्ट दिसतो. तुझं किंवा तुझ्यासारख्या मित्रांचं जळणं मला प्रगतीकडं घेऊन जातं. अंधाऱ्या रात्री तुझ्या जळण्याचा प्रकाश उपयोगालाच येतो. स्वतः जळून दुसऱ्याला प्रकाश देणारा मित्र ग्रेटच म्हटला पाहिजे.

असो! तर हा असा अनुभव आला. म्हणून तुम्हाला सांगतो, आपल्यावर जळणाऱ्या व्यक्तीबद्दल राग नाही करायचा. त्याचे आभारच मानायचे. कारण त्यांचं जळत राहाणं आपल्याला उपयोगाचं असतं. आपणच प्रकाशमय होऊन जातो. त्यादिवशी मीही माझ्यावर जळणाऱ्या मित्राचे आभार मानले आणि शांतपणे झोपी गेलो.

ooo

हिस्सा

'शहाण्या माणसाने कोर्टाची पायरी चढू नये' अशी एक म्हण आहे. याचा अर्थ 'वेड्यांनी चढावी' असा पण नाही. शक्यतो कोणीच कोर्टाची पायरी चढू नये, असा याचा अर्थ आहे. ही म्हण पूर्वीपासूनची आहे, म्हणजेच आपले पूर्वज शहाणे होते. त्यांना वेगळा अनुभव होता. म्हणूनच ते शिकवण देऊन गेले असावेत. पण वेळ आली, की या गोष्टीचा विसर पडतो. नको त्या क्षुल्लक कारणासाठी माणसं कोर्टात जातात आणि केसेस टाकतात. वर्षानुवर्षं केसेस खेळत राहतात. कालांतरानं तोच त्यांच्या जीवनाचा अविभाज्य भाग बनून जातो.

माझे एक पक्षकार होते. दक्षिण आफ्रिका आणि युरोपमध्ये ते कॉन्ट्रॅक्टर होते. रस्त्याकडेची झाडं आकारबद्ध करायची, डागडुजी ठेवायची, स्वच्छता ठेवायची, असं त्यांच्या कामाचं स्वरूप होतं. वर्षातले आठ-नऊ महिने ते परदेशातच असत. त्यांना एक मुलगा होता आणि तो मेक्सिकोत शिक्षण घेत होता. त्यांचा मुंबईत नऊ हजार स्क्वेअर फूटचा फ्लॅट होता; पण तिथं कुणीच नव्हतं. ते वर्षातून कधीतरी आले, तरच तो उघडला जाई. नाहीतर तोही बंदच होता.

गावी शेतीवाडी कमीच होती. चार वर्षांपूर्वी त्या पक्षकारांचे वडील वारले. त्यामुळं घरी आई, दोन भाऊ आणि त्यांची बायका-पोरं होती. त्यांच्याजवळ एकूण सहा एकर शेती

होती. त्याततली दोन एकर बागायत आणि बाकीची कोरडवाहू. दोघंही भाऊ शेती करत होते. त्यांची मुलं गावातच शाळेला जात होती; पण त्यांनाही शेतीत काम करावं लागायचं. त्यामुळं त्यांचं शिक्षण जेमतेमच चाललेलं होतं. दोघं भाऊ निम्मी-निम्मी शेती करत होते. माझे पक्षकार, दौलतराव परदेशात असल्यानं त्यांच्या वडिलांनीच तसं सांगितलं होतं आणि त्यांनीच तोंडी वाटपही केलं होतं. दौलतरावांना भरपूर उत्पन्न होतं. त्यामुळं त्यांनीही कधी आशा केली नाही. 'करत आहेत भाऊ तर करू देत', असा त्यांचा विचार होता.

नाही तरी दौलतरावांना काय कमी होतं? त्यांनी मनात आणलं असतं, तर ते गावाकडं पन्नास एकर शेती घेऊ शकत होते, पाच मजली घर बांधू शकत होते. पण त्यांना ते करायचं नव्हतं. मुंबईतच एवढा मोठा बंगला होता, मग गावाकडं करून काय उपयोग? अशीच त्यांची धारणा होती.

पण एके दिवशी एक घटना घडली. दौलतराव रिटायर होण्याचा विचार करत होते. त्यांनी मुलाला मेक्सिकोहून परत आणला आणि सर्व कॉन्ट्रॅक्ट, परवाने त्याच्या नावे केले. 'आता परदेशातला व्याप तूच सांभाळ' असं सांगितलं. यासाठी मुलगाही तयार झाला.

मात्र दौलतरावांच्या 'सौं'नी वेगळीच भुणभुण लावली. 'गावाकडं वडिलार्जित जमिनीत हिस्सा मिळाला पाहिजे. गावपांढरीत आपलं काहीतरी असायला पाहिजेच.' असं त्यांचं म्हणणं दौलतरावांना पण पटलं. 'गावाकडं काहीतरी हवंच की; पण ते वडिलार्जित असणं जास्त चांगलं.' असं त्यांनाही वाटलं.

मग त्यांनी एके दिवशी भावाला फोन लावला आणि सर्व हकिकत सांगितली. भाऊ म्हणाला, "मी आईला सांगतो."

मग भावानं आईला सांगितलं; पण आई तयार झाली नाही.

"'त्यांचा' शब्द मोडू नका. बापानं वाटप केलं आहे. दौलतला शिक्षणाला बक्कळ पैसे घातले आहेत. त्याच्या नशिबानं तो भरपूर कमवत आहे. आता त्यानं या गरीब भावांच्या हिश्शात मन घालू नये. त्याला काही कमी नाही आणि कमी पडणारही नाही." असं ती म्हणू लागली.

पण दौलतची बायको ऐकण्याच्या मनःस्थितीत नव्हती. "हा गावपांढरीतून हाकलून दिल्याचा प्रकार आहे." असं ती म्हणू लागली.

'काहीही करा. पण वडिलार्जित मिळकत मिळायलाच पाहिजे', असा तिनं हट्ट धरला.

दौलतचे भाऊ घरासाठी जागा द्यायला तयार होते. तशी त्यांनी दहा-पंधरा गुंठे दौलतसाठी ठेवलीच होती. दौलतरावांनी कधीतरी व्यवसायातून निवृत्त व्हावं आणि निवृत्तीनंतर गावी यावं, अशी त्यांचीही इच्छा होती. त्यानं गावात राहावं, समाजकारण करावं, थोडं राजकारण करावं, अशीच भावांची भावना होती. पण दौलतरावांची पत्नी,

जानकीबाईंनी हा प्रस्ताव धुडकावला.

'वडिलार्जित जमीन मिळालीच पाहिजे' यावर त्या ठाम राहिल्या.

मग एके दिवशी दौलतराव गावी आले. गावात पंच मंडळी बोलावली. त्यांची बैठक झाली. तिथं दौलतरावांनी आपली बाजू मांडली. तसं म्हटलं, तर दौलतरावांची बाजू बरोबर होती. वडिलार्जित प्रॉपर्टीत हिस्सा मिळायलाच पाहिजे. त्यांचा तो अधिकार होता. परंतु त्यांनी वडिलांना शब्द दिला होता की, 'मला गावाकडील काही नको. कधी आलो तर घरापुरती जागा द्या.' सर्व भावांनी तो शब्द पाळला होता. पंचांनी दोन्ही बाजू ऐकल्या आणि दौलतरावांची समजूत काढली. मग दौलतराव परत गेले. पण जानकीबाई ऐकण्याच्या अवस्थेत नव्हती. त्यामुळं दौलतरावांचा इलाजच खुंटला. मग त्यांनी पंचांच्या मनाविरुद्ध जाऊन कोर्टात वाटणीचा दावा केला. त्यामुळं घरात उभी फूट पडली आणि भावांच्यात बोलणं बंद झालं. जाणं-येणंही बंद झालं.

पूर्वी दौलतराव गावी आले, की त्यांना मान असायचा. त्यांची आंघोळीची सोय, झोपण्याची सोय भाऊच करायचे. भावजया मनापासून सेवा करायच्या. त्यांना काय हवं नको ते बघायच्या. दहा-पंधरा दिवस राहा, असा आग्रह करायच्या. दौलतरावंच्या पत्नीला, जानकीबाईला तर त्या इकडचं भांडं तिकडं करू द्यायच्या नाहीत. दौलतरावांना बाजरीची भाकरी आवडायची आणि जानकीबाईला भरलेलं वांगं आवडायचं. त्यामुळं मुंबईहून गावाकडं ते घरी आले, की हाच मेन्यू असायचा. त्यासाठी भावजया कुठूनही मटेरियल आणायच्या. वांगी नसतील, तर शेजारच्या दहा किलोमीटरवरच्या बाजारातून आणायच्या; पण त्यांना काही कमी पडू देत नव्हते.

दौलतराव आणि जानकीबाई त्यांच्यासाठी देवच होत्या जणू. त्यांनी काही तरी द्यावं, अशी त्यांना अपेक्षाच नव्हती. दौलतरावांनी पण कधी घरासाठी म्हणून पैसा दिला नाही. भावांच्या मुलांच्या शिक्षणालासुद्धा नाही. त्यांचा मोठेपणा एवढाच, की वडिलार्जित तुटपुंज्या मिळकतीत त्यांनी मन दाखवलं नाही. दौलतरावांनी मुंबईत फ्लॅट घेतला, पुण्यातही प्लॉट घेतले. मग घर घेतलं, शेतीही घेतली; पण भावांनीही कधी मन दाखवलं नाही. ते दाखवण्याचा प्रश्नही नव्हता. शेतीमुळं बाकी भाऊ शिकले नाहीत. 'दौलतलाच पुढं शिकवायचं' असं वडिलांनी सांगितलं आणि ते सर्वांनी पाळलं. दौलत शिकला, मोठा झाला. त्याचा सर्वांनाच आनंद झाला. सर्वजण असे आनंदात राहात होते.

पण आता या सगळ्यावरच विरजण पडलं. दौलतरावांना घरात मान होता, तोही संपला. गावात किंमत होती, तीही कमी झाली. दौलतराव कोर्टाची पायरी चढले. त्यांनी दावा दाखल केला आणि तारखेला ते मुंबईवरून येत राहिले. कधी परदेशात असतील, तर तिकडून येत राहिले. त्यांची धावपळ होत होती. प्रवासात जागरण होत होतं. त्यांना खूप

त्रास होत होता.

अशातच एकदा मुलगा आजारी पडला. मग दौलतरावांना परदेशात जावं लागलं. तारखा बुडू लागल्या, वर्ष गेलं. एके दिवशी कोर्टानं दावा काढून टाकला. मग कोणीतरी दौलतरावांना सांगितलं की, 'निकाल तुमच्याविरुद्ध गेला.' हे ऐकून दौलतरावांनी त्यांच्या वकिलांना फोन केला. वकील म्हणाले,

"दावा पुन्हा चालू करता येतो. काळजी करू नका."

पण जानकीबाई हात नाचवत म्हणाली, "भावांनी गावात पेढे वाटले असतील. तुम्ही बसा इकडं पैसा मिळवत. काय उपयोग त्या पैशाचा?"

दौलतरावांना तेही पटलं. दावा काढून टाकल्याची गोष्ट त्यांनी फारच मनावर घेतली. मग दौलतरावांनी गावाकडं येण्याचा निर्णय घेतला. दौलतराव गावी आले आणि वकिलांकडं गेले. त्यांनी कागदपत्रं काढली, दावा पुन्हा चालू करण्यासाठी अर्ज दिला आणि मगच ते शांत झाले.

पण या धावपळीत त्यांचं परदेशातलं कॉन्ट्रॅक्ट संपलं. तिथल्या सरकारनं दौलतरावांच्या दुर्लक्ष करण्यामुळं कॉन्ट्रॅक्टच रद्द केलं. त्यामुळं तो करारच रद्द झाला. त्याचा दौलतरावांना मोठाच धक्का बसला. मग दौलतराव फॅमिलीसहित मुंबईला आले आणि तिथं राहू लागले. त्यांचं उत्पन्नाचं मोठं साधन बुडालं होतं. मुलासाठी नव्यानं उद्योग उभा करणं त्यांना भाग होतं. तिकडं कोर्टामध्ये तारखांवर तारखा चालूच होत्या.

अशाच एका तारखेला दौलतरावच्या भावांनी सांगितलं, "दौलतरावांना त्यांचा हिस्सा देऊन टाका आणि आमचा हिस्सा आम्हाला द्या. आम्ही केस मिटवायला तयार आहोत."

पण हा निरोप ऐकून दौलतरावांना आनंद होण्याऐवजी संताप आला. 'आता जे काय होईल ते कोर्टातूनच होईल' असं म्हणून ते अडून बसले. मग भावांनी पण तडजोड करण्याचं सोडून दिलं. पण कोर्टाचा निकाल लागायला पुन्हा दोन-तीन वर्षं गेली. नंतर कोर्टाचा निकाल दौलतरावांच्या बाजूनं लागला.

तोपर्यंत दौलतरावांचा बराच लॉस झाला होता. त्यांनी बरेच प्लॉट विकले. नंतर पुण्यात मुलासाठी व्यवसाय काढायचं ठरलं; पण अजून मेळ बसत नव्हता. सगळीकडूनच ताणतणाव वाढले होते. घरातही वातावरण बिघडलेलं होतं. कुणीच कुणाशी सरळ बोलत नव्हतं. त्यात भरीस भर, की दौलतरावांना शुगर झाली आणि ती वाढतच गेली. त्यांना थकवा जाणवू लागला. तिकडं गावातील भावांनी दौलरावांची शेती सोडून बाकी शेती करायला सुरुवात केली. त्यांची मुलंही शेतीत राबू लागली.

दौलतरावांनी शेती तर मिळवली, पण ती करणार कोण? त्यामुळं ती पडीकच राहिली. पंच नाराज झाले, दौलतरावांची गावातली पत कमी झाली. त्यांना भावांकडून मिळणारा

मान गेला, सन्मान गेला. पण एवढं होऊनही दौलतराव थांबले नाहीत. त्यांनी पुन्हा मोजणीला एक अर्ज दिला. रस्त्यासाठी तहसीलदारांकडं दुसरा अर्ज केला.

खरं म्हणजे भाऊ कोणत्याच गोष्टीला नाही म्हणत नव्हते; पण दौलतरावांना कोर्टाचा नादच लागला. कोर्टात आल्याशिवाय त्यांना चैन पडत नसे. त्यामुळं ते अर्जावर अर्ज करू लागले. त्यांना मुलानं सांगितलं, बायकोनं पण सांगितलं की, 'आता आपल्याला वडिलांची शेती मिळाली आहे. आता कोर्ट कचेरी नको.' पण दोलतरावांच्या डोक्यातून कोर्ट काही जातच नव्हतं.

पोरगा गावी आला. त्यानं पंच मंडळीच्या कानावर ही गोष्ट घातली. पण पंचांनी हात टेकले. ते म्हणाले,

"तूच तुझ्या वडिलांना यातून बाहेर काढू शकतोस."

मुलानं प्रयत्न केला; पण त्याला शक्य झालं नव्हतं. मग तोही गप्प बसला. आहे त्या परिस्थितीला सामोरं जाऊ लागला. दुसरा काही इलाजच नव्हता. मग दौलतरावांच्या मुलानं एक युक्ती शोधून काढली. दौलतरावांनी टाकलेल्या सर्व केसेसचं मुखत्यार घेतलं आणि दौलतरावांना कोर्ट कामातून रिटायर केलं. पण मुखत्यार देताना दौलतरावांनी मुलाला ताकीद दिली की,

"एकाही केसमध्ये तडजोड करायची नाही. कोर्टाच्या आदेशानुसारच जे काय मिळेल ते मिळवायचं. आपल्यावर कुणाचे उपकार नकोत."

आता दौलतराव मुंबईतल्या बंगल्यात असतात. ते डायरीमध्ये कोर्टाच्या तारखा लिहितात आणि प्रत्येक तारखेला मुलाला आठवण करून देतात. मग मुलगा तारीख करून येईपर्यंत वाट पाहतात. त्याला कोर्टात काय झालं हे विचारतात. खरं म्हणजे मुलानं मुखत्यार घेऊन सर्व केसेस बंद करून टाकलेल्या आहेत आणि चुलत्याबरोबर तडजोड केली आहे. शेत मोजून घेतलं आहे. त्यांनी शेताला रस्ता पण दिला आहे. गावाकडं सगळं सुरळीत चालू आहे.

परंतु दौलतरावांच्या डोक्यामध्ये हे काहीच नाही. त्यांना तारखांशिवाय चैन पडत नाही. दौलतरावांच्या समजुतीसाठी मुलगा खोट्या तारखा सांगतो. ते मुलांनी सांगितलेल्या तारखा लिहीत राहतात आणि प्रत्येक तारखेला मुलाला आठवण करतात. मग मुलगा तारीख करून येईपर्यंत वाट पाहतात, 'कोर्टात काय झालं' हे विचारतात.

दौलतरावांच्याकडं पाहिलं की वाटतं, 'खरंच शहाण्या माणसाने कोर्टाची पायरी चढू नये.'

०००

गावाकडचे दिवस...

खूप वर्षांनी गावी निघालो होतो. खूप म्हणजे जवळजवळ वीस वर्षांनी. नोकरीनिमित्त मुंबईला आल्यापासून परत गेलोच नव्हतो. गावातला शेवटचा मुक्काम म्हणजे माझं लग्न. लग्न झाल्यापासून पुन्हा जाणं झालंच नाही. कधीतरी गेलोच तर एक रात्र थांबून लगेच सकाळी ड्युटीसाठी परत यायचो. गावी मुक्काम असा केलाच नाही.

दोन्ही मुलं हॉस्पिटलमध्ये जन्मली. ती लहानाची मोठीसुद्धा मुंबईतच झाली. गाव असं त्यांनी पाहिलंच नाही. पण आता सहा महिन्यांची रजा मिळाली. मग सगळी रजा गावीच घालवायची असं ठरवलं. पोरं आनंदानं उड्या मारत होती. बायको आवराआवरी करत होती. सहा महिने गावी जायचं, तर तोपर्यंत घरातलं सामान दास्तानी लावलं पाहिजे. उंदरं होतील, घुशी येतील, झुरळं होतील, तर निदान सगळं सामान पेटीत आणि कपाटात तरी ठेवलं पाहिजे. त्यामुळं बायको त्या नादात होती. पण मी मात्र कधीच गावी पोहोचलो होतो. मनातल्या मनात सगळं पाहत होतो, सगळं आठवत होतो.

गावातलं कुंभारी कौलाचं घर, पुढं पत्र्याचा सोपा, त्याच्यापुढं गुरांचा गोठा. गोठ्यात दोन म्हशी, तीन रेडकं, दोन शेरडं, दोन कोकरं, एक बैल आणि एक रेडा.

गोठ्यापुढं अंगण आणि अंगणात तुळशीचा कट्टा. मग थोड्या अंतरावर कडब्याची गंज. घरात प्रवेशालाच जोता, जोत्याला लागून रांजण. रांजणाच्या कट्ट्यावर लिंबवाचं

झाड, मग पलीकडं दगडं रचून केलेली न्हाणी. त्या जोत्यावर सायंकाळच्या वेळी दादा बसायचे. मग हिंदू आप्पा, अकबर लव्हार, म्हादू सुतार, ईटू बेलदार, नामा न्हावी ही मंडळी यायची. घरातनं आई त्यांना चहा करून द्यायची. कधीकधी हरभरं भाजून द्यायची, तर कधी शेंगा भातूड्या द्यायची. रात्री आठ-नऊपर्यंत त्यांच्या गप्पा चालायच्या. हिंदू आप्पा बिडी वढायचा, ईटू बेलदार चिलीम वढायचा आणि नामा न्हावी पान खायचा. कंदिलाच्या उजेडात आणि बिडीच्या धुरात ही मंडळी गप्पात रंगून गेलेली असायची.

जोत्यावरून घरी गेलं, की कोपऱ्यात जातं. आई त्यावर दळण दळायची. कधीकधी मी जातं वढू लागायचो, जात्यात घास पण टाकायचो. बऱ्याच वेळा जात्याच्या घरघरीमध्ये आईच्या मांडीवर झोपायचो. कधीकधी शाबा मामी दळायला यायची, ती ओव्या म्हणायची. मामी दळायला आली, की जात्यावरच्या गाण्यांनी सारं घर दणाणून जायचं.

जात्याच्या पलीकडं उतरंडीच्या चार-पाच ओळी होत्या. तिथं एकावर एक ठेवलेली गाडगी. सगळ्यात मोठं तळाला, मग त्यावर लहान आणि त्यावर त्यापेक्षा लहान. तळ्यातल्या गाडग्यात चटणी, चवळ्या, मूग, उडीद, तुरी असलं कडधान्य असायचं. त्यावरच्या गाडग्यात काळं तीळ, पांढरं तीळ, करड्याचं बी, मोहरी नि मेथी असायची. ह्या उतरंडी म्हणजे कुबेराचं धनच वाटायचं. पण तिथं सगळा अंधार असायचा. जायाला पण भ्या वाटायचं. कुठल्या गाडग्यात काय ठेवलंय, ते आईला बरोबर कळायचं. तिची शाळा झाली नव्हती, तरीही!

आईच्या शाळेची परवडच झालेली. ती शाळेत नाव घालायला गेली, त्याच दिवशी आज्जी आजारी पडली. मग दुसऱ्या दिवशी आई शाळेत गेली नाही आणि त्यानंतर कधीच गेली नाही.

उतरंडीच्या पलीकडं माचुळी. त्यावर बी बेवळ्याची गठुळी, ज्वारीची पोती, हरभऱ्याची पोती, गव्हाची पोती, शेंगाची पोती असायची. पोत्यावर हातरायच्या वाकळा, पांघरायच्या वाकळा अशा सगळ्या घडी करून ठेवलेल्या असायच्या.

माचुळीच्या पलीकडं भिंतीला टांगून ठेवलेली ताकाची तीन हात लांबीची रवी. मोठ्या डेऱ्यात ताक घुसळायचं. उभं राहून दोन्ही हातांनी रवीची दोरी मागं-पुढं वढायची. रोज सकाळी उठलं, की आई ताक करायची. हातात लोण्याचा मोठा गोळा करायची. मग ताजी भाकरी आणि लोण्याचा बारका गोळा खायला द्यायची. बाकीचं लोणी बरणीत ठेवायची. अशा तुपाच्या, लोण्याच्या, लोणच्याच्या, काकवीच्या दोन-पाच बरण्या असायच्या. ताक करून झालं, की सकाळी गुरवाची रकमा ताकाला यायची, लव्हाराची सकिना यायची, म्हारुड्यातलं कोणीतरी यायचं. आई त्यांना तांब्यानं ताक द्यायची.

ताकाची रवी बांधलेल्या भिंतीवरच थोड्या अंतरावर गुलाबी रंगाचा नागोबा काढलेला. त्यावर चुन्याचं पांढरं ठिपकं असायचं. नागपंचमी संपली, तरी वर्षभर तो तसाच असायचा. उभकडी सारवाण झालं, तरी तो मुजायचा नाही. त्याचं अस्पष्ट दर्शन होतच राहायचं.

माचुळी खाली आंब्याची आडी. तो सगळा कोपराच आंब्यांनी गच्च भरलेला. एकेक आंबा नारळा एवढा. घरचाच नारळी आंबा. दादा दरवर्षी भावकीत आंबे वाटायचे आणि उरलेले माचुळीखाली पिकत घालायचे. पाहुणे आले की चार-पाच आंबे पिळायचे. दादा म्हणायचे,

"पाहुणे आलेत. चार आंबे पिळा."

पाहुणा दोन-तीन दिवस राहायचा. कुठलाच पाहुणा सकाळी आलाय आणि दुपारी गेलाय असं होत नव्हतं. सगळं आयुष्यच शांतपणे चालू असायचं. तिसऱ्या दिवशी पाहुणा निघाला, की त्याच्या पिशवीत दादा दहा-बारा आंबे टाकायचे.

माचुळीच्या शेजारी देवारा. तिथं भिंतीवर दहा-बारा फोटो. लक्ष्मी, जाकाई, यल्लाई, जोतिबा, शिदूबा, विठोबा, रेवनसिद्ध, दरगोबा, विशाळगड असे. त्याखाली देवाऱ्यात घोडा, टाक, उभे राहिलेले देव, घोड्यावर बसलेले देव, दुडक्या चालीचा श्रीकृष्ण असे देव होते.

आई देवभोळी होती. सकाळी उठलं की ती हरिपाठ म्हणायची. शाळा नाही की शिक्षण नाही. पण तरीही हरिपाठ तिला तोंडपाठ होता. ज्ञानेश्वरीचा अकरावा अध्याय तोंडपाठ होता. तिचा हरिपाठ दीड-दोन तास चाले. मग तेवढ्यात देवपूजा करायची. तुळशीला पाणी, आज्जीच्या समाधीला चहा घालायची. मग घरातल्या देवाला निवद दाखवायची आणि त्यानंतरच आई चहा प्यायची. आईनं हा नियम शेवटपर्यंत जपला.

गावात कोणाच्यातही बारसं असलं, की पाळणा म्हणायला आईला बोलवत. कारण गावात फार कुणी पाळणा म्हणत नसे. कोणाच्या घरी भजन असलं तरी आईला बोलवत. नागपंचमी, गौरी-गणपती सगळ्या सणाला गाणी म्हणायचा मान आईलाच असायचा.

वर्षातनं एकदा घर शेकरावं लागायचं. रानातनं निरगुड्याचं पेटं आणायचं, तुरकाट्यांचा बिंडा आणायचा. मग सगळी कौलं काढायची आणि एका कोपऱ्यात ठेवायची. तुरकाट्या, निरगुड्या सप्पय करून लावायच्या. मग त्यावर कौलं बसवायची. शेकरायचं झाल्यावर घराचं पाकं स्वच्छ, टवटवीत दिसायचं. मग फुटलेली कौलं न्हाणीशेजारी ढीग मारून ठेवायची. अशी फुटलेली कौलंसुद्धा कोणीतरी नडला-अडला घेऊन जायचा.

शेकरनी झाली की औतकाडीचं काम सुरू व्हायचं. मृग तोंडावर आलेला असायचा. कुरी, कुळव घेऊन मेटावर जायाचं. नारु सुतार, महादू सुतार औत दुरुस्त करून द्यायचे. कुरीला फण बसवायचं, चाडं बांधायचं. कुळवाच्या दांड्याला पाचार मारायचं. कुळवाची फास आवळून घ्यायची. निरगुडी, झाड-झुड सवळायला कुराडीला दांडा बसवायचा. खुरप्याला नवीन मुठी बसवायच्या, अशी सगळी कामं बैत्यावर चालायची.

शेतात पिकलेली पोती-दोन पोती वर्षातून एकदा सुताराला द्यायची. मग त्यानं वर्षभर औतदुरूस्ती करून द्यायची, असा बैत्याचा व्यवहार असायचा.

मृग निघाला की वरतीकडचा गार वारा सुटायचा. पावसाची बारीक भुरभुर सुरू व्हायची. मग पेरायची धांदल उठायची. घरात बी-बेवडा निवड सुरू व्हायची. उतरंडीला ठेवलेलं बी सोप्यात पसरायचं. माचूळीवर 'ब्या'ला म्हणून ठेवलेली गुठळी बाहेर यायची. तुळीवर टांगलेली मक्याची कणसं, गिडगापाची कणसं खाली घ्यायची. मोगान मटकीचं एक-एक बोचकं करायचं. तुळीवर ठेवलेला मोगा काढायचा आणि त्याची दोरी बांधून घ्यायची.

वरतीकडचा वारा. पावसाचं भुरंगाट. हवेत गारठा. दिवसभर पावसाची बारीक रिपरिप. मग घरातली जुनी पोती काढायची, फाटलेली घोंगडी काढायची. त्याची खॉळ करायची. त्यामुळं रानात जाताना प्रत्येकाला खॉळ असायची.

मग पेरायला सुरुवात व्हायची. पुढं कुरी आणि कुरीच्या मागं मोगना. मोगन्याच्या मागं बिनफासाचा कुळव. अशी दिवसभर पेरणी चालायची. तेव्हा रानात कावळं, पांढरं पक्षी, चिमण्या, करकुच्या गोळा व्हायचे.

पेरायला जाणत्या माणसाला बोलवायचं. दादा पण पेरत हुतं. पण बाजरीची मूठ ढिली पडायची. मग दादा नामाला रोजगारानं सांगत. ठेंगा नामा हातानं टोकल्यागत पेरायचा. दाट नाही, पातळ नाही. एकसारखं पाटीवर रेघ मारतो तसं नीट गोल पेरायचा. नामा कमरेला बी ठेवण्यासाठी रंगीबेरंगी वटी बांधून यायचा. पेरणीला महादू मोऱ्याबरोबर पैरा असायचा. त्याची दोन बैलं होती. आमचा एक बैल आणि एक रेडा. बैल आणि रेड्याची कुरी जुपलेली असायची. मागं आई मोगा धरायची. तिच्या सोईप्रमाणे ती मूग, मटकी, तुरी, चवळी अशी तासं टाकायची. मागोमाग महादूचा कुळव चालू असायचा.

शाळा अजून सुरू नसायची. मग आम्हाला पण कुरीमागं जावं लागायचं. चगाळ वेचायचं, कुळवावर उभं राहायचं, पाणी आणून द्यायचं. शेताच्या कोपऱ्यावर सोडलेल्या गाडीतून बी आणून द्यायचं. फटात गुरं हिंडायची, मग त्यांच्यामागं पण जावं लागायचं.

पेरणी सुरू झाली, की सारा शिवार घुमायचा. सगळीकडं बैलांच्या घुंगराचा आवाज असायचा. रानात औतं वढतेली पांढरीशुभ्र बैलं, कुरीवाला गाणं म्हणतेला, कुळववाला

शिळं घालतेला, पाखरं चिवचिवत्याली, पलीकडच्या तालीतनं मोर, लांडूरी गात्याली. शेतातलं काम, मोगणाऱ्या बाया, चगाळ वेचणारी पोरं अशी सगळी सुगीची धांदल. वरतीकडच्या पावसाच्या सरीवर सरी आणि निसर्ग-पक्षांचं संगीत, असं रम्य वातावरण असायचं. शेतातून घरी जाऊच नये, असं वाटायचं.

कमी पडला, तर शेजाऱ्याकडून बी बेवडा दिला-घेतला जायचा. तासा-दोन तासांनी पाणी प्यायला सुट्टी व्हायची. बैलांना पण विश्रांती मिळायची. मग शेजारचे नामदेव, बापू, नानू यायचे, तंबाखू खायचे, कधी कधी पान खायचे. थोड्या फुरसतीनं पुन्हा औत चालू व्हायचा.

बघता बघता दोन-तीन दिवसात पेरणी व्हायची. रस्त्यानं येणारा-जाणारा दादाला म्हणायचा,

"यंदा लय आगाप पेरलं गा."

दादा म्हणायचं, "आगाप न्हाय बाबा. औंदा पाऊस-काळ येळंवर हाय. पाऊस पण चांगला हाय. तू पण पेरुन घे."

पेरणी संपली की कुरी वाढवायचा कार्यक्रम. कुरीकडं तोंड करून कुरीचं पूजन.

'तुझ्या ओटीतलं सुपानं पेरलय. आता खंडीनं पिकू दे ग बाई' असं तिला साकडं घालायचं, मग पुरणपोळ्यांचा निवद करायचा. चाड्याला हळदी-कुंकू, ओटीला हळदी-कुंकू. नारळ वाढवायचा. मग चाडं सोडायचं.

पेरणी झाली की शाळा सुरू व्हायची. मग गेल्या वर्षीच्या वह्यातली कोरी पानं काढायची. वाकळच्या दोऱ्यानं त्या पानांची एक वही करायची. जुन्या, निम्म्या बादीनं घेतलेल्या पुस्तकांना पुट्टं घालायचं. आधी पहिलं नाव खुडायचं. मग आपलं नाव लिहायचं, तारीख टाकायची, इयत्ता टाकायची. पेन स्वच्छ धुवायची. दफ्तर भरायचं. मग कापडं शोधायची, तांब्यात इस्तू घालून इस्त्री करायची. अशी सगळी तयारी शाळेला जाताना करायची.

शनिवारी सकाळची शाळा असायची. शाळा अकरा वाजता सुटायची. मग घरी दप्तर टाकलं, की पोहायला जायाचं. मळूच्या मळ्यात मोठी बांधीव विहीर होती. अखंड गावाला अशी एकच विहीर. माशाच्या डोळ्यागत एकदम स्वच्छ असं काळंशार पाणी. सगळा तळ दिसायचा. शनिवार-रविवार पोरांची झुंबड उडायची. माचाडावरनं उडी, काटावरनं खोच, पायरीवरनं सूळकांडी असं करून खडप्याच्या आडाला दडायचं. अशा सगळ्या प्रकारानं पोरं खेळायची. पोरांची झुंडच्या झुंड असायची.

मोट चालू असली, की पोहायला बंदी असायची. इंजिन चालू असलं तरीही पोहायचं नाही. पिकाला पाणी चालू असलं, की पाटाला धुणं धुवायचं नाही. पण तरीही पोरं

उड्या मारायची. एवढ्यात नेवरा बाबा यायचे. पिकाला पाणी चालू आहे आणि पोरं पोहत आहेत, हे बघितलं की ते संतापायचे. मग पोरांची सगळी कापडं सरळ विहिरीत भिरकावून द्यायचे. सगळी पोरं मग आपली कापडं सोडून नागड्यानंच धूम ठोकायची.

'विहीरीचं पाणी आंघोळीमुळं किंवा कापडं धुण्यानं विटाळतं. असं पाणी पिकाला सोडलं, तर पीकही खराब होतं. वर्षभर तेच पीक खावं लागतं. ते आरोग्याला धोकादायक असतं.' असं नेवरा बाबाचं साधं तत्त्वज्ञान होतं. आत्ताच्या रासायनिक खतांच्या आणि औषधांच्या काळात नेवरा बाबांचं तत्त्वज्ञान आठवल्याशिवाय राहत नाही.

पोहून घरी गेलं की गोठा झाडायचा, शेणाची पाटी उकिरड्यात टाकायची. मग भाकरी खाऊन शेताला जायाचं. रविवारी मात्र दिवसभर म्हसरं राखायची. दावणीतनं सोडली, की म्हसरं थेट ईटं वाटला लागायची. मग बंधारा, मग लंगडीचं टॅक, मानॅचं लवाण, मग बापू पाटलाचं टाकं, असं करत करत शेताकडं जायाचं. तिथं बरीचजण गुरं घेऊन यायची. येशा, महिप्या, बाप्या, बाळ्या गुरांच्या मागं फिरता फिरता दिस कलायचा. बघता-बघता वरलीकडं ढग जमायचं. आभाळ काळकुट्ट व्हायचं. आत्ता पडतोय की मग, असं पावसाचं चिन्ह दिसायचं. मग पटापट गुरं रस्त्याला लावायची. एवढ्यात मोठं मोठं थेंब पडायचं, कधीकधी गारा पडायच्या. मग कुणी पोत्याची खॉळ घ्यायचं, कुणी घोंगड्याची घडी. तर कोण जर्मलची पाटी डोक्यावर धरायचं. बघता बघता धो-धो पाऊस यायचा. पावसानं पोत्याची खॉळ फुटायची, सगळं वल्लं-गार व्हायचं. सगळ्या अंगावरनं पाणी नितळायचं. हुडहुडी भरायची. हातात काठी पण धरायला यायची नाही. तसं हुडहुडीतच चालत घर गाठायचं.

घरी आई वाट बघत असायची. तिनं चुलीवर पाणी गरम केलेलं असायचं. पहिलं हातपाय धुयाचं आणि मग गुळाचा गरम च्या घ्यायचा. मग थोडावेळ चुलीजवळ बसलं, की थंडी निघून जायाची. गरम लाह्या, कधी भाजलेलं हरभरं, कधी शिजवलेली मक्याची कणसं, तर कधी शेंगा भातूड्या, असं कायबाय खायाला असायचं. बाहेर पावसाची भिरभिर चालूच असायची. दिवसभर गुरामागं फिरून पेकाळून जायाचं. रात्री कधी झोप लागायची ते कळायचं पण नाही.

उन्हाळ्यात मात्र शेतात काम असायचं. सड येचायचं, बांधावरची झाडं सवळायची, काटेरी झाडं पेटवायची, देवबाभळी तोडायच्या, खत इस्काटायचं, खुरपणी, नांगरट...

एकदा मधल्या तालीत नांगरट चालली होती. त्यावर्षी दोन एकर जास्त नांगरायचं होतं. मग दादांनी तांदळगावच्या मामाला बोलावून घेतलं. त्यांची दोन पांढरीशुभ्र बैलं होती. तरणीबांड खोंडंच होती. चार बैलाचा नांगर ती दोघंच वढायची. दिसायला पण देखणी होती. एकाचं नाव गण्या, दुसऱ्याचं मन्या. मामा अधी-मधी येत असायचे.

आले की याच खोंडाची गाडी घेऊन यायचे. बैलगाडी अंगणात सोडायची. मग गंजीच्या दोन-तीन पेंड्या उपसायच्या आणि तोडून बैलापुढं टाकायच्या. मामा आलेले कळलं, की बरीच जण बैलं बघायला यायचे. गण्याकडं बघून तोंडात बोट घालायचे. बापू तात्या मामाला म्हणायचे,

"मामा, गण्याच्या गळ्यात काळा कंडा बांधा राव. कुणाची तरी दृष्ट लागंल."

गण्याला बघायला आलेली मंडळी तासभर थांबत. मग एक-एक करत सगळी आपापल्या घरी जात. नंतर मामा हातपाय धुवून सोप्यात निवांत बसत.

दुसऱ्या दिवशी दादा ईलू भईला बोलवायचे. मग परसातला कोंबडा धरायचा आणि ईलू भई कोंबडा कापायचा. रात्री उशिरापर्यंत कोंबडा शिजवायचं चालू असायचं. कोंबड्याचा रस्सा करायचा. ईलू भई घराकडं जाऊन ताट, तांब्या घेऊन यायचा. मग सगळी जेवायला बसायची.

मामांचा दोन-तीन दिवस मुक्काम असायचा. नंतर एके दिवशी मामा परत जायला निघायचे. मग आई शेंगांचं ठिकं, नाहीतर चवळी, मूग असं काहीतरी बैलगाडीत टाकायची. सकाळी जेवण करून मामा निरोप घ्यायचे.

मामाची दोन्ही बैलं लय मायाळू. गण्या तर बारक्या पोरांनं धरलं, तरी मारायचा नाही. मामाचा त्याच्यावर लय जीव होता. औताला जुपला, तसा कधी अंगाला चाबूक लावून घेतला नाही. पाटीतला भरडा संपव म्हटलं की पाटी चाटून द्यायचा. मामानं त्याला बस म्हटलं की तिथंच बसायचा. मामा त्याच्याशी सारखं काहीतरी बोलत असायचे. कधीतरी मामा विट्याला बाजाराला जायाचे. लांबचा प्रवास असायचा; पण गण्याच्या जीवावर मामा गाडीत निवांत झोपायचे. गण्या गाडी घेऊन बरोबर विट्याच्या बाजारात थांबायचा. एकदा मामा दोन-तीन दिवस गावाला गेले होते. तेव्हा गण्यानं वैरणीला तोंड नाही लावलं आणि भरड्याच्या पाटीकडं तर बघितलं पण नाही. मामा आले आणि त्याच्या पाठीवर थोपटलं आणि

"गण्या लेका येड्यागत असं करत्यात होय?" असं म्हणाले. त्या रात्री गण्यानं दोन पाट्या भरडा खाल्ला. मामा बैलांना भाड्यासाठी घेऊन जात नसत. पण यावर्षी दादांनीच बोलल्यामुळं आठवडाभराच्या सवडीनं मामा आले होते. कारण गुदस्तापेक्षा जास्त रान नांगरायचं होतं.

मग एके दिवशी नांगरायला जुपी झाली. दुपारची वेळ होती. रखरखीत ऊन होतं. मातीवर लाह्या फुटतील अशी उष्णता. त्यामुळं बैलं धापा टाकत होती. मामाला दुसऱ्या दिवशी त्यांचं रान नांगरायचं होतं, म्हणून आजच आमची नांगरट संपवायची होती. त्यामुळं सकाळपासून औताचा टिपिरा चालू होता. दोन-तीन ताली नांगरून झाल्या

असतील. तेव्हा एकदम काय झालं कुणास ठाऊक! अचानक गण्या खाली पडला. त्याच्या तोंडाला फेस आला. तो डोळे सताड उघडे ठेवून पडला. सगळ्यांना धक्काच बसला. नांगराचं एटाक सोडवून त्याची मान मोकळी केली. पाणी आणलं, त्याच्या तोंडावर मारलं, पोटावर चोळलं. वाराही घातला; पण गण्या निपचित पडला होता. थोड्याच वेळात सगळं गपगार झालं. उन्हाच्या काहिलीत गणा निष्प्राण झाला.

मामा बैलाच्या गळ्यात पडून रडायला लागले. दादा पण डोळे पुसू लागले. बघता बघता शिवारात बातमी पसरली. बरेच शेतकरी जमा झाले. आकरीतच झालेलं. सगळेच अवाक् झालेले होते. घरच्या गाईचा तरणाताठा, देखणा बैल. पण सगळ्यांचा ईलाज संपला. सगळीच दुचित झालेली.

तासा-दीड तासानं आप्पा दादा उठला आणि म्हणाला, “असं कुठवर बसणार गा? गेल्यालं जनावर काय परत येणार हाय? उठा बरं.”

मग वरच्या तालीच्या लिंबाखाली मोठा खड्डा काढायला सुरुवात झाली. दोघा-चौघांनी परुसभर खड्डा काढला. सगळ्यांनी गण्याला अबदारी उचललं. खड्ड्यात हळूच ठेवलं. तोपर्यंत गावातनं मीठ, पांढरं कापड, हळदी-कुंकू, नारळ, उदकाडी आणि निवद घेऊन माणसं आली.

गण्यावर मीठ पसरलं, माती टाकली आणि खड्डा मुजवला. मग त्यावर पाच दगडं मांडली, त्याला हळदी-कुंकू लावलं. मग पाणी सोडून पूजा केली आणि निवद दाखवला. मामा पाया पडले. तसंच जमिनीवर डोकं ठेऊन गदगदायला लागले. बापू दादांनी त्यांना काखंत हात घालून उठवलं. सगळी जण खाली मान घालून गुपचूप घरी आले. त्या दिवशी मामा जेवले नाहीत. दादा पण जेवले नाहीत. घरात वातावरण सुन्न झालेलं. कुणी कुणाशी बोललं नाही. सगळीजणच उपाशी झोपली.

दोन दिवसांनी मामा निघाले. तेव्हा निरोप घेताना पुन्हा दादांच्या गळ्यात पडून रडले. त्यांनी गावाकडूनच कोणाचातरी दुसरा बैल मागवून घेतला होता. गाडी जुपून ते दिसेनासे झाले. ते नजरेआड होईपर्यंत दादा रस्त्यावरच होते.

त्यानंतर दरवर्षी आम्ही गण्याला निवद दाखवत होतो. परडी सोडली तरी पहिला नारळ गण्याला. ज्वारीच्या पहिल्या खुडणीला त्यालाच पहिला नारळ असायचा.

आता वीस वर्षांनी मी गावी निघालो होतो. पूर्वीसारखं गाव राहिलं असेल का? घरातली माचुळी, माचुळीवर धान्याची पोती, ताकाची रवी, भिंतीवरचा नागोबा, शेतातली ताल, लिंबाखालचा गण्या, गण्याचा निवद हे सर्व पूर्वीसारखंच असेल, की काळाच्या ओघात नष्ट झालं असेल? खूप उत्सुकता लागून राहिली आहे.

000

वाटणीची गोष्ट

असाच एक रविवार होता. मी कार्यक्रमानिमित्त कोल्हापूरला गेलो होतो. दुपारची वेळ होती. कार्यक्रम सुरू झाला आणि मी व्याख्यानाला उभा राहिलो. पंधरा-वीस मिनिटं झाली असतील. तेवढ्यात कुणाचा तरी अनोळखी कॉल आला. अनोळखी होता, म्हणून मी कट केला. पण पुन्हा तोच कॉल आला. मग मी पुन्हा कट केला. तोच कॉल परत परत येऊ लागला. मग मी मोबाईल स्वीच ऑफ केला.

कार्यक्रम संपल्यानंतर मी कॉलबॅक केला. पलीकडून महिलेचा आवाज आला. मी म्हणालो,

"कोण बोलतंय?"

त्या म्हणाल्या, "सुनिता खाडे."

"कुठून?"

"लातूरहून."

"बोला."

"मी आपल्याला भेटायला आले आहे."

"आपण आता कुठं आहात?"

"तुमच्या ऑफिससमोर. परंतु ऑफिस बंद आहे."

"अरेरे! मी आता कोल्हापुरात आहे. यायला खूप उशीर होईल."

"ठीक आहे. मी उद्या येते."

दुसऱ्या दिवशी त्या ऑफिसला आल्या. जुनी फाटकी साडी, पायात साध्या स्लीपर, तेल न मिळाल्यानं विस्कटलेले केस, उन्हा-पावसात काम करून करपलेला चेहरा, हातात वायरची पिशवी असा त्यांचा एकंदर अवतार होता. मी म्हटलं,

"बसा. कोणतं काम होतं?"

त्यांनी सांगायला सुरुवात केली,

"आम्ही ऊस तोडणी कामगार. घरी मी, माझा नवरा आणि तीन मुलं असतो. गेल्या वर्षी ऊस तोडणीचा सीझन संपला. मग लातुरात एका सावकारांच्याकडं सालगडी म्हणून राहिलो. या वर्षी तोडणी सुरू झाली; पण सावकार आम्हाला सोडायला तयार नाहीत. सावकार म्हणतात,

"अंगावरची उचल भागवा आणि मगच कुठं जायचंय तिकडं जा."

आम्ही म्हटलं, "अंगावर उचल आहे, त्या बदल्यात आम्ही आमची जनावरं सोडून जातो. तुमचे पैसे देऊन मगच घेऊन जातो; पण अकरा हजारासाठी अडवू नका. वर्षभर पुरेल इतके पैसे आम्हाला ऊस तोडणीतून मिळतात. पदरात दोन-तीन लेकर हायती. इथं थांबून आम्ही खायाचं काय? आम्हाला ऊस तोडणीसाठी जाऊ द्या. मी तुमच्यापुढं पदर पसरते."

अशा भरपूर विनवण्या केल्या; पण सावकार ऐकत नाहीत. त्यांनी माझ्या नवऱ्याला बळजबरीनं ठेवून घेतलंय. 'पळून गेलास, तर जिथं जाशील तिथं येऊन तुकडे करीन', अशी धमकी दिली आहे. मला माझ्या नवऱ्याला सोडवायचं आहे. त्यासाठी मी आली आहे. आम्ही गरीब लोकं. जवळ पैसा नाही. वकील द्यायचे, तर पैसे कुठून आणू? तुमचं नाव ऐकलं होतं. म्हणून थेट तासगावला आले."

मग मी त्या बाईंना, द बॉंडेड लेबर सिस्टीम (अबॉइलेशन) ॲक्ट १९७६ प्रमाणे अर्ज तयार करून दिला. एक प्रत लातूर पोलीस स्टेशन, दुसरी प्रत लातूर डीवायएसपी आणि तिसरी प्रत जिल्हा पोलीस प्रमुख यांच्यासाठी तयार केली. मग त्यांना सांगितलं,

"हा अर्ज घेऊन जा आणि पोलीस स्टेशनला द्या. ते घेत नसतील, तर ही पाकिटं पोस्टात टाका. त्याला तिकीटं पण लावली आहेत. गेल्यानंतर काय होतं, ते बघून फोन करा."

हातात अर्जाच्या प्रति घेऊन त्या उठल्या. थोड्या घुटमळल्या आणि म्हणाल्या,

"पुढच्या महिन्यात याची असेल ती फी देते."

मी म्हटलं, "फीबद्दल मी काय विचारलं का? तुम्ही एवढ्या लांबून आलात. पहिलं

पतीला सोडवा. काम झालं की फोन करा."

दोन महिने असेच गेले. नंतर ती महिला पुन्हा ऑफिसला आली. सोबत एक माणूस होता. बहुतेक ते पती असावेत. मी म्हटलं,

"झालं का काम?"

त्या म्हणाल्या, "हो. हेच माझे पती."

मी विचारलं, "काय काय झालं तुम्ही गेल्यावर?"

त्या सांगू लागल्या, "मी इथून गेले आणि थेट पोलीस स्टेशन गाठलं. तिथं अर्ज द्यायला लागले. तर पोलीस म्हणाले, 'मुख्य साहेब येऊ द्या.' मग मी दिवसभर थांबले. ते साहेब चार वाजता आले आणि मला आत बोलावलं. त्यांनी अर्जावर नजर फिरवली आणि म्हणाले,

"तुम्ही तोंडी सांगा. आमचा स्टाफ लिहून घेईल. असा लेखी अर्ज घेता येणार नाही."

मग मी बाहेर येऊन पोलिसाला माहिती सांगायला लागले. तर तो म्हणाला,

"अंगावर उचल असेल, तर ते कसे सोडतील? त्यांचे पैसे देऊन टाका. मग कसे सोडत नाहीत बघू."

मी म्हटलं, "आता आमच्याजवळ पैसे नाहीत. ऊसतोडणी सुरू झालीय. दीड-दोन महिन्यांत त्यांचे पैसे देऊन टाकतो. फार तर आमची सगळी जनावरं त्यांच्याजवळ सोडून जातो."

हे पोलिसानं ऐकून घेतलं; पण लिहून नाही घेतलं. मग मी घरी गेले. नंतर तुम्ही सांगितल्याप्रमाणं दुसऱ्या दिवशी एसपीकडं गेले आणि तिथं मी अर्ज दिला. त्यांनी एका अर्जावर शिक्का मारून मला पोच दिली.

आठ दिवसांनी पोलीस गाडी आली. सावकारांना आणि त्याच्या मुलाला अटक झाली. आम्हालाही पोलीस स्टेशनला बोलवलं. मग मी, माझा नवरा आणि थोरला पोरगा तिथं गेलो. सावकारांनी माफी मागितली आणि आम्हाला बिनशर्त सोडलं.

आम्ही तिथून सुखरूप बाहेर पडलो. तोडणी सुरू झाली होती. त्यामुळं आम्ही कामाला लागलो. दोन आठवड्यांनी पगार झाला. मग मी अकरा हजार घेऊन सावकाराच्या घरी गेले; पण ते घरी नव्हते. त्यामुळं त्यांच्या मालकिणीच्या हातावर मी पैसे ठेवले. त्या 'चहा घ्या' म्हणत होत्या. पण मी पाणीसुद्धा न घेता परत आले."

मी त्यांना मध्येच तोडलं आणि म्हटलं, "बरं झालं. तुमचं काम झालं. पण मला सांगा, तुम्ही इतक्या लांब माझ्याकडं कशा आलात?"

ती सांगू लागली, "थोरल्यानं अकरावीतून शाळा सोडलीय. पोरगं मोबाईलवर

तुमचं लिहिलेलं कायम वाचतं. त्यानं तुमचं 'वाटणी' हे पुस्तक पण विकत घेतलंय. ते वाचूनही काढलंय. आम्हालाही एक दोन गोष्टी वाचून दाखवल्यात. त्यानंच सांगितलं की, तुमच्याकडं जा."

असं म्हणून त्यांनी पिशवीतून 'वाटणी' हे पुस्तक काढून दाखवलं. पुढं त्या सांगू लागल्या,

"मग मी थेट तासगावला आले. स्टँडवर उतरले. पण घर माहीत नव्हतं. रिक्षावाल्याकडं गेले आणि त्याला सांगितलं,

"लातूरहून आले आहे. इथं वकिलांना भेटायचं आहे."

मग तुमचं पुस्तक त्याला दाखवलं आणि रिक्षानं ऑफिसला आले, तर ऑफिस बंद. मग पुस्तकावरचा तुमचा फोन नंबर शोधून काढला आणि तुम्हाला फोन केला."

मी गप्प बसलो. थोड्यावेळानं चहा आला. त्यांनी चहा घेतला. फीचे पैसे काढताना मी त्यांना 'थांबा' अशी खूण केली आणि हात जोडून पैसे घेण्यास नम्रपणे नकार दिला. तसा त्यांनी नमस्कार केला आणि आभार मानून ते जोडपं निघून गेलं.

'परिस्थितीमुळं शाळा सुटलेला एक ऊस तोड्याचा मुलगा, 'वाटणी' पुस्तक वाचतो. आईला सांगतो. ती अनोळखी वकिलावर विश्वास ठेवते. कुणाची कोण ती? कुठल्या मुलखाची? कुठल्या जातीची? तीनशे किलोमीटर अंतर पार करून येते, रिक्षावाल्याला विचारते, ऑफिसला येते...'

आत्तापर्यंतच्या पुरस्कारात सर्वात मोठा पुरस्कार मला मिळालेला होता!

ooo

ॲड. कृष्णा विठोबा पाटील
राष्ट्राधार निवास, विटा रोड, कैलास कॉम्प्लेक्सच्या पाठीमागे
तासगांव, ता. तासगांव, जि. सांगली - ४१६३१२
मोबाईल – ९३७२२४१३६८

– शिक्षण –
बीएससी, एलएलबी

– व्यवसाय –
वकील (जिल्हा सत्र न्यायालय, सांगली येथे प्रॅक्टिस)

– प्रकाशित पुस्तके –
भारत मरत आहे?
वारं आमच्या हक्काचं!
वाटणी (कथासंग्रह)
ढाल, तलवार आणि घोडा या पलीकडचे शिवराय

– विविध सामाजिक चळवळीतील सहभाग –
पाणी संघर्ष चळवळ
दुष्काळग्रस्त चळवळ
विद्रोही सांस्कृतिक चळवळ
मराठा क्रांती मोर्चा समन्वयक
विवाहपूर्व व विवाह उत्तर समुपदेशन चळवळ

– पुरस्कार –
दहाहून अधिक समाजभूषण पुरस्कार
राजर्षी शाहू जीवन गौरव पुरस्कार
रत्नगुंज समाज भूषण पुरस्कार
शिवतेज वसगडे गौरव पुरस्कार
श्रावस्ती बहुद्देशीय सेवाभावी संस्थेचा सामाजिक पुरस्कार

Printed in the USA
CPSIA information can be obtained
at www.ICGtesting.com
LVHW010824150524
780342LV00003B/513

9 789395 139311